छोटा शिलेदार

आणि

इतर गोष्टी

कनक बुक्स

छोटा शिलेदार आणि इतर गोष्टी

Chhota Shiledar ani Itar Goshti

प्रथम आवृत्ती : २०१२

ISBN 978-81-8483-428-4

© डायमंड पब्लिकेशन्स, पुणे

अक्षरजुळणी
अक्षरवेल, दत्तवाडी, पुणे

मुखपृष्ठ
शाम भालेकर

आतील चित्रे
राजेंद्र गिरधारी

मुद्रक
Repro India Ltd, Mumbai.

कनक बुक्स
कुमारवाङ्मय विभाग, डायमंड पब्लिकेशन्स, पुणे
१२५५ सदाशिव पेठ, लेले संकुल, पहिला मजला
निंबाळकर तालमीसमोर, पुणे ४११ ०३०.
☎ ०२० – २४४५२३८७, २४४६६६४२

diamondpublications@vsnl.net
www.diamondbookspune.com

मूल्य : ₹ ५०

अनुक्रम

१. छोटा शिलेदार

माधवचे वडील एक उंच, तरणेताठे आणि तगडे असे गृहस्थ होते.

माधवला वाटे, 'आपण वडिलांच्या मानाने किती छोटे आणि पिटुकलेसे आहोत!'

माधव जेव्हा पायांच्या पुढल्या बोटांवर उभा राही आणि हात उंच करी, तेव्हा कुठे त्याच्या हातांच्या बोटांची टोकं वडिलांच्या खांद्याला पोहोचत. टायगर हा त्याचा आवडता कुत्रा. अगदी वयाच्या पाचव्या वर्षापासून तो त्याचा आवडता दोस्त होता. वडील काही काम करत असले, की तिथेच जवळपास कुठेतरी माधव बसलेला असे.

कधीकधी घरापासून जवळच असलेल्या डोंगरमाळावर तो जाई. त्याच्या खांद्याला नेहमी एक बिगुल अडकवलेला असे. जरा कुठं वाट चुकल्यासारखं वाटलं की, तो बिगुल जोराने वाजवी. असाच एकदा तो वाट चुकला होता. त्याने त्या वेळी एवढ्या जोराने बिगुल वाजवला, की आजूबाजूच्या दऱ्याखोऱ्यातून तो आवाज भरून गेला. वडिलांना तो आवाज ऐकू गेल्याबरोबर ते त्याला घरी घेऊन आले.

हळूहळू अप्पाजींनी म्हणजे त्याच्या वडिलांनी त्याला लिहायला-वाचायला शिकवलं. तो तिरंदाजीही शिकला. त्याला थोडं-थोडं घोड्यावरही बसता येऊ लागलं. वडिलांचं काम पाहून तो करवतीचा व हातोडीचाही उपयोग करू लागला. दहा वर्षांचा होईपर्यंत तो कितीतरी गोष्टी शिकला.

त्याच्या दहाव्या वाढदिवसाला वडिलांनी त्याला एक सुंदरसा चाकू बक्षीस दिला. त्या चाकूला चार पाती होती. चाकू मिळताच माधवला फार आनंद झाला. त्या आनंदाच्या भरात त्याने वडिलांना मिठी मारली.

तो आईला म्हणाला, ''आई, आमचे आप्पा बघ.''

आप्पा म्हणाले, ''आमचा माधव किनई, आता या चाकूने कितीतरी वस्तू करून दाखवेल.''

शुक्रवारीच त्याचा वाढदिवस होता. त्याच्या गावापासून कितीतरी मैल दूर असलेल्या एका शहराच्या गावी त्याचे वडील त्या दिवशी जायचे होते. माधवनेही अप्पांबरोबर जाण्याचा हट्ट धरला आणि शेवटी आप्पांनी त्याला नेण्याचं कबूल केलं. त्यांनी आपल्याबरोबर फराळाचा एक डबा आणि दुधाची बरणी घेतली. माधवच्या आईलाही

त्यांच्याबरोबर जावंसं वाटत होतं; पण घरची कामं, गुरांची आणि इतर व्यवस्था पाहण्यासाठी तिला घरातच राहावं लागलं. वेशीपर्यंत जाऊन तिने त्या दोघांना निरोप दिला आणि ती घरात येऊन आपल्या कामाला लागली.

बरीच रात्र झाल्यावर आप्पाजी, माधव आणि टायगर घरी परत आले. शेवटी-शेवटी तर माधवला उचलून कडेवर घ्यावं लागलं. कारण आकाशात ढग जमले होते. वादळाचा रंग दिसत होता, म्हणून सगळी मंडळी झपाझप परत आली. त्या शहराच्या गावाला माधवची ही पहिलीच खेप होती. तिकडच्या सगळ्या दिवसाची हकीकत आईला सांगताना माधवची त्रेधा उडाली. तिथल्या दुकानांच्या कितीतरी गमती त्याने आईला सांगितल्या. आप्पांनी नेलेल्या बऱ्याच वस्तू एका व्यापाऱ्याने विकत घेतल्या. त्या व्यापाऱ्याबद्दल अनेक गोष्टी माधवने सांगितल्या. त्या व्यापाऱ्याने माधवला काही लिमलेटच्या वड्या आणि कुरकुरीत बिस्किटं दिली. त्या बाजारातली मुलं त्याला स्वत:पेक्षा अगदी निराळी वाटत होती. त्यांची भाषा वेगळी, कपडे वेगळे, वागणं वेगळं, सगळंच वेगळं! रात्रीचं जेवण झाल्यावर माधव झोपला. दिवसभर दमल्यामुळे त्याला लगेच झोप लागली.

त्यानंतर सहा महिने लोटले. आप्पाजींना काही कामाकरिता दूरच्या गावी तीन-चार महिने जायचं होतं. जाण्याच्या आदल्या दिवशी आपल्या छोट्या माधवला त्यांनी आईला मदत करायला सांगितली. गुराढोरांची कामं, मळ्यातलं काम माधवनेही थोडं केलं पाहिजे, असं त्यांनी त्याला बजावून सांगितलं. आपल्या टायगरच्या कानात माधवने काहीतरी सांगितलं आणि आपल्यालाही मदत करावी लागेल, हे टायगरच्या लक्षात आलं. त्या दिवशी जाताना वडिलांनी सर्वांना प्रेमाने निरोप दिला.

माधव रोज सकाळी आपल्या आईला गुरांच्या आणि शेतीच्या कामात मदत करी. दुपारी जवळच्या पडवीत करवत, हातोडी, चाकू घेऊन तो लाकडी खेळणी करत बसे. दोन महिने गेले आणि एके दिवशी आपली आई दु:खी असलेली त्याला दिली. त्याला काहीच कळेना.

शेवटी धीर करून त्याने आईला विचारलं, ''आई, काय होतंय गं तुला? तू रोजच्यासारखी दिसत नाहीस! मी तुझ्याजवळ असल्यावर तुला कसली काळजी आहे?''

आई म्हणाली, ''खरं आहे बाळ. खरंच तू मला फार-फार मदत करतोस. पण तुझ्या आप्पांचं पत्र बऱ्याच दिवसांत आलं नाही आणि आता आपल्याजवळ असलेले पैसेही संपून गेले आहेत.''

माधव म्हणाला, ''हात्तेच्या, एवढंच ना? हे पाहा. मी आणि टायगर उद्या सकाळी त्या शहराच्या गावी जाऊन मी केलेली खेळणी विकू, तो दुकानदार माझ्या ओळखीचा

आहे. तुला हवे ते जिन्नस आम्ही घेऊन येऊ.''

पण आईला वाटलं की, माधव रस्ता चुकेल, वाटेत काही अडचण येईल, म्हणून ती काहीच बोलेना.

त्यावर माधव म्हणाला, ''आई, आप्पांनी सांगितलं आहे, तुला आठवत नाही का? त्यांच्या जागी मी काम करायचं, असं नाही का ते म्हणाले? खरंच आई, मी आणि टायगर उद्या सकाळी जाऊ आणि संध्याकाळी लवकर परत येऊ.''

शेवटी आईने कबूल केलं. माधवने फराळासाठी काही खाद्यपदार्थ आणि विकण्यासाठी काही खेळणी घेतली. माधव त्यासाठी दिवसभर लाकडाची निरनिराळी

खेळणी बनवण्यात दंग होऊन गेला. खेळणी बनवताना निरनिराळे विचार त्याच्या मनात येत होते.

अगदी काळोख असतानाच माधव पहाटे जागा झाला. आईने त्याला दोन डबे आणि एक लहान पिशवी दिली. सगळं साहित्य घेऊन तो आणि त्याचा कुत्रा टायगर दोघं निघाले. माधवने बनवलेले लाकडी घोडे, कुत्रे आणि वाघही बरोबर घेतले. त्याने आपला बिगुल खांद्याला अडकवला. घराजवळ आल्यावर आईला आधीच सूचना देणार, असं त्याने आईला सांगून ठेवलं. तो निघाला, तेव्हा एखाद्या छोट्या शिलेदारासारखा दिसत होता.

प्रथम माधव आणि टायगर टेकडीच्या उतरणीवरून धावत चालले होते.

'पण आपल्याला बरंच लांब जायचं आहे, म्हणून धावून चालणार नाही,' हे माधवच्या लक्षात आलं.

एक टेकडी चढून पलीकडे गेल्यावर आपण शहरात पोहोचणार, हे त्याच्या ध्यानात आलं. टेकडीच्या टोकाशी गेल्यावर त्या दोघांनी थोडी विश्रांती घेतली आणि थोडं खाऊन घेतलं.

ते दोघं शहरात जाऊन पोहोचले, तेव्हा दुपार झाली होती. पूर्वी पाहिलेल्या व्यापाऱ्याचं दुकान माधवला शोधून काढायचं होतं, पण ते सापडेना. शेवटी आप्पांप्रमाणे तो दुकानदारही कोठेतरी परगावी गेला होता, असं त्याला कळलं. त्याच्या दुकानावर कोणीतरी एक म्हातारा नोकर खोकत बसला होता. त्या म्हाताऱ्याने माधवजवळची काही खेळणी विकत घेतली आणि माधवला हव्या असलेल्या वस्तू आपल्या दुकानातून त्याने काढून दिल्या. काही जिनसा त्याने माधवला दुसरीकडून विकत आणून दिल्या. तसेच माधवची ती खेळणी पाहून त्याला फार आश्चर्य वाटलं. एवढ्याशा लहान मुलाला इतके सुबक लाकडी घोडे आणि वाघ कसे बनवता आले, हे त्याला कळेना. त्याने शेवटी माधवजवळची सगळीच खेळणी विकत घेतली. आणखी तसलीच खेळणी त्याला बनवायला सांगितले. आपण ती सगळी खेळणी आपल्या दुकानात विकायला ठेवू, असं तो म्हणाला. याशिवाय त्या म्हातारबुवांनी माधवला काही रंग आणि एक ब्रशही दिला. नवीन खेळणी रंगवून आणायला त्यांनी माधवला सांगितलं. माधवला आता फारच आनंद झाला. त्याने दुकानातून मेणबत्त्यांचं एक पुडकंही विकत घेतलं.

अशा प्रकारे तिथल्या बाजारची सर्व कामं उरकून दोघं दोस्त घरी निघाले. आता येताना त्यांच्याजवळ थोडंच ओझं होतं. निघताना त्यांना दुकानदाराने दूध आणि पोळी दिली. आपल्या टायगरलाही माधवने बशीत पोळी आणि दूध घातलं. ताजेतवाने होऊन

दोघं बाहेर पडले.

टेकडी चढून जातात तोच सूर्य मावळला.

'आता आपली आई काळजी करत बसेल,' असं माधवला वाटलं. म्हणून त्याने आपलं बिगुल काढलं आणि जोराने वाजवलं.

इकडे माधवच्या आईने सकाळी बरंच काम केलं, पण दुपारी सगळं आटोपल्यावर पुन्हा पुन्हा आपल्या छोट्या माधवाची तिला आठवण येत राहिली. संध्याकाळ झाली, तेव्हा ती पुन्हा पुन्हा वेशीजवळ येऊन दूरवर कुठं माधव दिसतो का, ते पाहू लागली, पण तो कुठंही दिसेना. शेवटी सूर्य मावळल्यावर घरात मेणबत्ती लावायला ती गेली, तेव्हा घरात आता तेवढीच मेणबत्ती उरल्याचं तिच्या लक्षात आलं. तसंच मेणबत्त्या आणण्याचं माधवला सांगितलं नाही, हेही तिला कळलं. असे तिचे विचार चालले असताना माधवच्या बिगुलचा आवाज तिच्या कानावर आला. तेव्हा कुठं वाट चुकून माधव बिगुल वाजवीत नाही ना, असंही तिला वाटलं; पण पुन्हा तोच आवाज जवळजवळ आणि मोठ्याने येऊ लागला, तेव्हा तिला धीर आला. ती घरात जाऊन लगबगीने स्वयंपाकाच्या तयारीला लागली. माधव आणि त्याचा टायगर दोघंही भुकेले असणार, हे तिला माहीत होतं.

माधव घरी येताच त्याने आईला हाक मारली. आई जवळजवळ धावतच माधवकडे आली आणि आनंदाच्या भरात तिने माधवला वर उचललं आणि त्याला मिठी मारली. नंतर तिने खाली वाकून टायगरच्या अंगावरून हात फिरवला आणि त्याला गोंजारलं.

माधवने पाय दुखत असल्याने ते जरा वेळ गरम पाण्यात बुडवून ठेवले. जेवणाच्या वेळी माधवच्या गप्पांना रंग चढला.

आई म्हणाली, ''अरे माधव, तुला मेणबत्त्या आणायला सांगायच्या होत्या.'' आणि काय आश्चर्य!

माधवने आपली पिशवी घेतली आणि तिच्यातून मेणबत्त्यांचं पुडकं बाहेर काढलं. आईला आपल्या व्यवहारी लेकाचं फारच कौतुक वाटलं.

ती म्हणाली, ''खरंच माधव, तू अगदी आपल्या वडिलांसारखा होणार आहेस! तुला मी आता 'छोटा शिलेदार' म्हणणार!''

यानंतर माधव पुन्हा त्या शहराच्या गावी कितीतरी वेळा गेला आणि त्याने आपली खूपच खेळणीही संपवली. त्याच्या खेळण्यांना आता चांगलीच किंमत येऊ लागली. त्याने घोडे, कुत्रे बनवले. ते आता पाय आणि हात हलवणारे होते. सुतांचे सांधे देऊन त्याने त्यांना हालचालही दिली. आप्पांचा दुकानदार मित्र त्याला भेटला आणि त्याच्या दुकानात आता माधवच्या खेळण्यांची गर्दी दिसू लागली. मुलांना माधवची ती खेळणी फार आवडली

आणि त्यांचा खप बराच होऊ लागला.

असेच आणखी काही दिवस गेल्यावर एके दिवशी अचानक आप्पा आले. आता ते अगदी वाकल्यासारखे दिसत होते आणि पूर्वीपिक्षा फारच थकले होते. त्यांना तिकडे फार हालात दिवस काढावे लागले. माधवच्या कामगिरीबद्दल आप्पाजींना फारच धन्यता वाटली. त्यांनी त्याच्याबरोबर त्याचा सवंगडी टायगर यालाही धन्यवाद दिले.

૭૮૭

२. वकीलसाहेब धडा घेतात!

दगड्या म्हणजे एक महाबिलंदर माणूस. आजपर्यंत त्याने कित्येक लोकांकडून पैसे कर्जाऊ घेतले असतील; पण त्यांची परतफेड मात्र त्याने क्वचितच केली असेल. तो होता मोठा डोकेबाज. पैशांच्या फेडीकरता त्याने आपल्या सावकाराजवळ अनेक वायदे केले असतील, पण प्रत्येक वेळी एखादी बेमालूम थाप मारून तो आपल्या सावकाराला गप्प करी. मात्र यामुळे दगड्या म्हणजे एक बुडव्या इसम आहे, असा गवगवा सगळीकडेच झाला होता आणि त्यामुळे त्याला आता कर्ज मिळणं मुष्किल झालं होतं.

आज त्याला पाचशे रुपयांचं कर्ज हवं होतं. एका सावकाराकडे तो गेला.

''आपल्या भाचीच्या लग्नाला हातभार लावायचा आहे, गरीब आहे बिचारी. आपल्या हातून दुसरी कसली मदत होणार आहे?'' वगैरे अगदी मिठ्ठास बोलणं होतं बेट्याचं! सावकाराला भुरळ पडली. तोही गावात नवीनच आला होता. ह्या दगड्याची कीर्ती त्याच्या कानावर गेली नव्हती, असं नाही. पण आजपर्यंत आपण अनेकांना पैसे दिले आणि नाना प्रकारच्या युक्त्या-प्रयुक्त्या करून एक पैसाही बुडू दिला नाही, असा त्या सावकाराला अहंकार होता. आता ह्या कुळावरही प्रयोग करून पाहावा, व्याजाचा दर जरा जास्त ठेवावा, असं ठरवून दगड्याला त्याने पाचशे रुपये दिले.

पैसे घेऊन दगड्या मोठ्या खुशीने बाहेर पडला. मग कोणत्या भाचीचं लग्न त्याने लावलं, हे त्याचं त्यालाच माहीत! कर्जफेडीचा वायदा दोन महिन्यांचा होता. नुसत्या व्याजाबद्दलच दगड्याला पन्नास रुपये द्यावे लागणार होते. पण व्याजामुद्दलाच्या तो गोष्टी करतोच कशाला? त्याच्या नेहमीच्या खाक्याप्रमाणे वागण्याचं त्याचं धोरण या वेळीही कायम होतं. सावकाराने वाट पाहून-पाहून शेवटी आपला माणूस दगड्याकडे पाठवला.

''मामाकडे आपले सातशे रुपये येणं होतं आणि त्यांच्याकडे आजार उपटल्यामुळे ते आले नाहीत. येताच सगळी रक्कम देऊन टाकतो.'' अशी थाप दगड्याने दिली!

पैसे वसुलीला आलेला माणूस मुकाट्याने निघून गेला. प्रत्येक वेळी दगड्याच्या नवीन-नवीन बेमालूम थापा तयार होत्याच.

सावकारीच्या धंद्यात मुरलेला असतानासुद्धा त्या सावकाराने या दगड्याच्या सबबींपुढे शेवटी हात टेकले आणि अखेर त्याच्यावर फिर्याद करण्याचं ठरवलं. दगड्याच्या

कानांवर सावकाराचा बेत गेला. त्याचं धाबं दणाणलं. आता आपल्याला काहीतरी जबरदस्त शिक्षा होणार, असं वाटून तो घाबरला. आपणही एखाद्या वकिलाचा सल्ला घ्यावा, असं त्याने ठरवलं.

'परंतु आपलाच गुन्हा, तेव्हा आपली बाजू घेणारा वकील तरी कसा मिळणार?' असा त्याला विचार पडला. पण खोट्याचं खरं करणारे वकील थोडे का असतात? उलट हेच कौशल्याचं काम असल्यामुळे यात भरपूर पैसा मिळतो. आरोपीची बाजू लंगडी असताना ती निराळ्याच तऱ्हेने रंगवून, तो खरोखर दोषी असताना त्याला सपशेल निर्दोष ठरवण्यात हे वकील चतुर असतात. अशाच एका वकिलाकडे दगड्या गेला.

त्या वकिलाने नेहमीच्या पद्धतीप्रमाणे प्रथम कपाळाला आठ्या पाडल्या आणि मोठ्या कष्टाने तो म्हणाला, ''हे काम मोठं कठीण आहे. एवढं मोठं कर्ज! यातून तुला सुटता कसं येणार? तुला शेवटी कैदेत जावं लागेल.''

कैदेचं नाव काढताच दगड्या घाबरून गेला आणि म्हणाला ''वकीलसाहेब, तुम्ही वाटेल ते करा, पण मला या प्रसंगातून वाचवा.''

वकीलसाहेब म्हणाले, ''तुला संकटातून सोडवण्याकरिता मला फार त्रास पडणार आहे.''

शेवटी हो ना करता-करता दगड्याने त्या वकिलाला शंभर रुपये देण्याचं कबूल केलं. तारीख होती त्या दिवशी वकिलाने दगड्याची रंगीत तालीम घेण्याकरिता त्याला सकाळी आपल्या घरी बोलावलं.

ठरल्याप्रमाणे दगड्या त्यादिवशी वकिलाकडे आला.

वकीलसाहेब त्याला म्हणाले, ''हे पाहा, तुझं कोर्टातलं काम अगदी थोडं आणि सोपं आहे. कोर्टात फिर्यादीच्या वकिलाने तुला कोणताही प्रश्न विचारो, तू मी सांगतो तेच उत्तर कायम ठेवायचं, कळलं?''

दगड्याने ते कबूल केलं आणि तो त्या दिवशी वेळेवर कोर्टात हजर झाला. खटल्याच्या वेळी दगड्याच्या नावाचा पुकारा झाला. दगड्या जबानीसाठी पिंजऱ्यात येऊन उभा राहिला.

फिर्यादीच्या वकिलाने विचारलं, ''दगड्या दौलती, तू या सावकारापासून पाचशे रुपयांची रक्कम कर्जाऊ घेतली होतीस काय?''

दगड्याने उत्तर दिलं, ''बँ ऽऽऽ''

वकिलाला वाटलं, 'याला ऐकू आलं नसेल.'

वकिलाने पुन्हा तोच प्रश्न मोठ्याने विचारला. पुन्हा दगड्याचं तेच उत्तर!

वकीलसाहेब म्हणाले, ''माझा प्रश्न सरळ आणि सोपा आहे. या सावकारापासून तू पैसे कर्जाऊ घेतले होतेस काय?''

''बँऽऽ!'' दगड्या पुन्हा बोलला.

त्यावर न्यायाधीश म्हणाले, ''अरे, हा माणूस वेडा दिसतो. याच्या डोक्यात माणसाऐवजी मेंढीचा मेंदू बसवलेला आहे की काय कुणास ठाऊक?''

न्यायाधीशांनी स्वत: त्याला विचारलं, ''काय रे, तू वेडा तर नाहीस ना?''

''बँऽऽ!'' दगड्याचं उत्तर कायम होतं.

झालं! न्यायाधीशांनी त्याला वेडा ठरवलं.

त्याबरोबर दगड्याच्या वकिलाने उभं राहून सांगितलं. ''असल्या वेड्याला हा हुशार सावकार एवढी मोठी रक्कम उसनी देतो, हे कोणाला खरं तरी वाटेल का?''

न्यायाधीशाने दगड्याला पूर्ण वेडा ठरवून ती फिर्याद काढून टाकली. अशा प्रकारे वेड्या ठरलेल्या दगड्याने फिर्याद जिंकून सावकाराचे पाचशे रुपये बेमालूमपणाने बुडवले आणि मोठ्या खुशीत स्वारी डुलत-डुलत कोर्टाबाहेर पडली.

वकीलसाहेबांनी त्याला बाहेर गाठलं.

ते म्हणाले, ''काय दगड्या, बरोबर मात्रा लागू पडला की नाही? बरं, माझे शंभर रुपये आता देतोस की घरी येऊ?''

''बँऽऽ'' दगड्या म्हणाला.

वकीलसाहेब म्हणाले, ''अरे दगड्या, आता तू कोर्टात नाहीस, आता तुझं नाटक पुरे झालं. माझे पैसे देऊन टाक म्हणजे मोकळा झालास तू.''

''बँऽऽ!'' दगड्याचं तेच उत्तर कायम होतं.

वकिलाने त्याला नाना प्रकारांनी विचारून पाहिलं, पण काहीही उपयोग झाला नाही. आपला दिलेल्या मात्रेचा दगड्याने आपल्यावरही प्रयोग केला, असं वकीलसाहेबांना कळून आलं. वकीलसाहेबांना आपले पैसे बुडाल्याबद्दल वाईट वाटलं, पण त्याबरोबर एक चांगला धडाही मिळाला.

☘☘

३. पत्नीची चतुराई

बंडोपंत अतिशय अगत्यशील माणूस. त्यांच्याकडे कोणीही पाहुणा आला, तर त्याचं आतिथ्य ते फारच आदराने करत. दुपारी जेवणाच्या वेळी जर कोणी त्यांच्याकडे गेलं, तर त्याला जेवायला घातल्याशिवाय ते पुढे जाऊ देत नसत. पण त्यांची पत्नी त्यांच्या अगदी विरुद्ध होती. कोणी पाहुणा आलेला तिला कळला की, तिच्या कपाळाची शीर नेहमी उठे. खर्च होईल म्हणून नव्हे, तर आपल्याला काम पडेल म्हणून! पण आपल्या पतीपुढे तिचं काही चालत नसे.

एकदा असेच एक गृहस्थ प्रवासात असताना सकाळीच त्यांच्याकडे आले. आल्याबरोबर बंडोपंतांनी त्यांचं स्वागत केलं. पुढे त्यांना लांबचा प्रवास करायचा आहे, हे कळल्यामुळे बंडोपंतांनी त्यांना भोजन करून जायला सांगितलं. त्या गृहस्थाला आनंद झाला. ते ओटीवर बसून राहिले. पण बाहेर चाललेले बंडोपंतांचे आणि त्या गृहस्थांचे संभाषण आत बंडोपंतांची पत्नी हिराबाई ऐकत होती.

'या गृहस्थाला वाटेला कसं लावायचं?' याचा ती विचार करू लागली.

थोड्याच वेळात बंडोपंतानी घरात जाऊन सर्व काही हिराबाईंना सांगून ठेवलं. पाहुण्यांची जेवायची तयारी करायचं तिच्या कानावर घातलं आणि ते स्वत: बाजारातून काही सामानसुमान आणण्यासाठी बाहेर पडले.

बंडोपंत बाहेर पडले आणि हिराबाई बाहेर आली.

ती म्हणाली, ''चला, पाय धुता ना?'' आणि असं म्हणून तिने त्यांना गरम पाणी आणून दिलं.

त्या गृहस्थाला वाटलं, 'ही बाईसुद्धा त्या गृहस्थाप्रमाणेच आतिथ्यशील दिसते.'

तो उठला, गरम पाण्याने पाय धुऊन आला, तर माजघरात पाट मांडलेला आणि त्यावर पायपुसणे ठेवलेले. गृहस्थाने पाय पुसले. हिराबाई म्हणाली, ''बसा त्या पाटावर. चहा करून आणते.'' असं म्हणून चहा आणण्यासाठी ती स्वयंपाकघरात गेली.

थोड्याच वेळात तिने त्यांच्यापुढे कपबशी आणून ठेवली.

तो गृहस्थ पाटावर बसून चहा पिऊ लागला, तेव्हा हिराबाई म्हणाली, ''हे पहा, ऐकलंत का? आता हे बाहेर गेले आहेत ना? म्हणून तुम्हाला सांगून ठेवते. ते तुम्हाला

म्हणाले ना जेवायला राहा म्हणून! पण ते सारं खोटं आहे बरं का! त्यांच्या बोलण्यावर जाऊ नका, ते असंच करतात नेहमी. कोणीही पाहुणा येवो, त्यांचं ठरलेलं आहे. त्या वळचणीला दोऱ्या दिसतात ना? आता येताना दोघातिघांना घेऊन येतील. ते तुम्हाला दोरीने बांधतील आणि कोपऱ्यात ती काठी दिसते ना? त्या काठीने चोपून काढतील. तुमच्याजवळ असेल नसेल ते घेतील आणि मग तुम्हाला हाकलून देतील. अगदी तुमच्याजवळ काही नसलं, तरी ते त्यांना पटणार नाही. तुम्हाला बांधून तुमचे खिसे, गाठोडी, पिशव्या ते तपासतील. ही शिक्षा तुम्हाला टाळता येणार नाही. त्यांच्या बोलण्यावर तुम्ही भाळू नका. ते बाजारातून यायच्या आत तुम्ही निघून जा म्हणजे तुमची शिक्षा तरी वाचेल.''

हिराबाईचं ते सगळं बोलणं त्या गृहस्थाला खरंच वाटलं. वळचणीला दोऱ्या आणि कोपऱ्यात काठी खरोखरीच दिसत होती. चहाची एकच बशी कशीबशी पिऊन झाली आणि त्याला कापरंच भरलं. ते बोलणं ऐकताच उरलेला चहा तसाच टाकून तो गृहस्थ उठला आणि घाबऱ्या-घाबऱ्या आपलं गाठोडं घेऊन मागल्या दारानेच निघाला.

तेवढ्यात बंडोपंत आले आणि म्हणाले, ''हे काय? ते गृहस्थ कुठे गेले?''

हिराबाई म्हणाली, ''अहो, कसले गृहस्थ? लफंग्या आहे तो! त्याला मारे गरम पाणी पाय धुवायला दिलं, चहा दिला, तर तो त्या वळचणीच्या दोऱ्या, ती कोपऱ्यातली काठी मागू लागला. दिसेल ते सगळं मागायचं म्हणजे काय? घरातली भांडीही मागितली असती त्याने! मी त्याला 'काही मिळायचं नाही,' म्हणून सांगितलं, तर तो चहा तसाच टाकून निघून गेला. पहा, तो कपात चहा तसाच पडला आहे अजून! जाता-जाता काही पळवलं नसलं म्हणजे ठीक. इतका कसला हा राग? आताच तो मागल्या दाराने बाहेर पडला.''

हिराबाईचं बोलणं ऐकून बंडोपंतांना वाईट वाटलं आणि आपल्या पत्नीचा रागही आला.

'आपण घरी परत येईपर्यंत तिने त्यांना थांबवायला हवं होतं.' असंही वाटलं.

घरी आलेल्या पाहुण्याचा असा विरस केलेला त्यांना आवडला नाही. पण पत्नीचा स्वभाव त्यांना माहीत होता. तो गृहस्थ आताच बाहेर पडलेला होता.

'आता थांबण्यात अर्थ नाही,' असं वाटून त्यांनी त्या दोऱ्या आणि कोपऱ्यातली काठी घेऊन मागल्या दाराने बाहेर पडून धावायला सुरुवात केली. त्या गृहस्थाला गाठून तो जेवायला परत आला नाही; तरी त्याच्या इच्छेप्रमाणे त्या दोऱ्या आणि ती काठी तरी त्याला देऊ, असं ठरवून ते धावत सुटले.

तो गृहस्थ बंडोपंतांना पुढे धावतच जात असताना दिसला. तो मधून-मधून मागे वळून पाहत होता. त्याला बंडोपंत दोऱ्या आणि काठी घेऊन आपल्या मागे धावत येत असलेले दिसले, तेव्हा तो गृहस्थ जास्तच घाबरला आणि हिराबाईने सांगितल्याप्रमाणे बंडोपंत आपल्याला बांधणार असं वाटल्याने तो जोरात धावत सुटला. क्षणार्धात रस्ता बदलून तो दिसेनासा झाला. अशा प्रकारे शेवटी त्या गृहस्थाचा पाहुणचार राहिला आणि हिराबाईने मात्र आपल्या चतुराईने पाहुण्याला वाटेला लावलं.

४. ज्ञानाचं मोल

''मोठे कोण? ज्ञान की पैसा?'' असा एका राजाने आपल्या राणीला प्रश्न केला. ह्या राजाला आपल्या संपत्तीची फार धुंदी चढली होती.

तो एका मोठ्या साम्राज्याचा सार्वभौम राजा होता. पैसा म्हणजेच देव, पैसा ही एक अमोघ शक्ती, अशी त्याची ठाम समजूत झालेली होती.

राणीचे आणि त्याचे ह्या बाबतीत अनेकदा खटके उडत. पण 'ज्ञान श्रेष्ठ' हेच राणीचं मत कायम असल्यामुळे ती राजाला म्हणे, ''खरं सांगायचं म्हणजे मनुष्याच्या राज्यात ज्ञानाची किंमत पैशापेक्षा कितीतरी पटीने जास्त आहे. ज्ञानाच्या आकर्षणामुळेच पैसा हा ज्ञानी माणसांकडे ओढ घेत असतो. ज्ञान नसेल तर पैसा टिकाव धरणार नाही. ज्ञानाशिवाय पैसा राहू शकणार नाही.''

राणीचे हे बोलणे म्हणजे राजाला अपमानच वाटला आणि तो रागाने म्हणाला, ''जर ज्ञानावर तुझा एवढा विश्वास असेल, तर ज्ञानच अधिक श्रेष्ठ आहे; हे सिद्ध करून दाखव. तुला आपल्या ज्ञानाबद्दल गर्व झाला असेल, तर व्यवहारात ही गोष्ट खरी करून दाखवली पाहिजे.''

असं म्हणून राजाने त्या राणीला ताबडतोब हद्दपार करण्याचा हुकूम दिला. तिच्याबरोबर कपडे, पैसे किंवा दागिने काहीच त्याने दिले नाही. कारण ज्ञान श्रेष्ठ कसं, हे त्याला पाहायचं होतं. बिचाऱ्या राणीवर मोठाच प्रसंग ओढवला. राजाने सरहद्दीवर एक जुनी झोपडी तिला राहायला दिली. पण राणी आपल्या शब्दापासून यत्किंचितही ढळली नाही. राजाचं आव्हान तिने स्वीकारलं.

राणी पडक्या झोपडीत राहायला गेली. तिथे गेल्यावर तिने दोन विटा आणल्या आणि त्या पांढऱ्याशुभ्र कापडात गुंडाळून त्यावर आपल्या विवाहाच्या राजशिक्क्याची खूण केली. आपल्या एका जुन्या नोकराबरोबर ते गाठोडं एका व्यापाऱ्याकडे पाठवलं आणि ते गहाण ठेवायला सांगून त्या व्यापाऱ्याकडून दोन हजार रुपये मागवले.

व्यापाऱ्याने ते गाठोडं पाहिलं. त्यावरचं राजाचं राजशिक्क्याची खूण पाहून त्यात काहीतरी हिऱ्या - माणकांच्या पेट्या असाव्यात, असं त्याला वाटलं. व्यापाऱ्याने ताबडतोब दोन हजार रुपये पाठवून दिले. राणीने एक दुकान थाटलं. राणीने काढलेलं

कापडाचं दुकान. मग काय! जो तो त्या दुकानातून कापड घेऊ लागला आणि लवकरच तिने खूप पैसा मिळवला. गरीब पण गरजू लोकांना तिने दानधर्म सुरू केला. हळूहळू त्या पडक्या झोपडीच्या ठिकाणी एक सुंदर छोटीशी बंगली दिसू लागली.

इकडे राणी गेल्यामुळे राजाची स्थिती मोठी चमत्कारिक झाली. त्या चतुर राणीवाचून त्याचं ठिकठिकाणी अडू लागलं. राज्यकारभारात तो वेळोवेळी राणीचा सल्ला घेत असे. पण आता?

राजाच्या कारभारातला लंगडेपणा प्रजेला कळायला फार वेळ लागला नाही. थोड्या दिवसांत करवसुली होईनाशी झाली. खजिन्यात तूट पडू लागली आणि राजा गोंधळून गेला.

मध्यंतरी एका डोळ्याने आंधळा असलेला एक माणूस राजाकडे आला आणि म्हणाला, ''राजेसाहेब, तुम्ही माझा एक डोळा गहाण ठेवून मला दोन हजार रुपये कर्ज दिले होते. आता मी पैसे आणले आहेत आणि व्याजही आणले आहे, माझा डोळा मला परत द्या आणि पैसे रोख घ्या.'' पण राजाला याबाबत काहीच आठवेना.

तो म्हणाला, ''मला याबाबत काहीही आठवत नाही. तुम्ही प्रधानजींना भेटा आणि तुमचा डोळा परत घेऊन जा.''

प्रधानाला भेटायला तो माणूस तयार होईना.

तो म्हणाला, ''एक तर माझा डोळा परत द्या, नाहीतर चार हजार रुपये द्या.''

यातून राजाला काही मार्ग काढता येईना. शेवटी त्याला चार हजार रुपये देणं राजाला भाग पडलं.

काही विघ्नसंतोषी लोकांनी ह्या संधीचा ताबडतोब फायदा घेतला. राज्याच्या ढिलेपणामुळे त्याचा राज्यकारभार दुसऱ्या लोकांच्या हाती जायला वेळ लागला नाही. अशा प्रकारे राजा देशोधडीला लागला.

काही दिवस असाच भटकल्यावर राजा एका मोठ्या शहरात येऊन पोहोचला. त्या शहरात चंचला राजकन्या आणि तिचा 'विलक्षण पण' याबाबत बराच बोलबाला चालला होता. आपल्याला फाशांच्या खेळात जो जिंकील त्याच्याशी लग्न करण्याचा तिने पण लावला होता. पण हरेल त्याला तुरुंगात जावं लागेल, अशी शिक्षाही त्याबरोबर तिने ठेवली होती. त्या राजाने चंचलेच्या अप्रतिम सौंदर्याच्या बऱ्याच गोष्टी ऐकल्या होत्या, म्हणून त्याने आपलं नशीब आजमावून पाहण्याचं ठरवलं.

राजकन्या जरा भित्री होती. फाशांचा खेळ खेळताना ती एका मांजराला जवळ ठेवत असे. फाशांवर चुकीचं दान पडल्याबरोबर ती त्या मांजराला खूण करी. मांजराच्या डोक्यावर एक दिवा ठेवलेला असे. मांजराला खूण करताच मांजर डोकं वाकडं करी.

त्याबरोबर दिव्याचा प्रकाश अंधुक होई. तेवढ्यात चपळाईने ती राजकन्या ते दान बरोबर करून घेई. राजकन्याच्या युक्तीला राजाही फसला आणि त्यालाही शेवटी तुरुंगांत पडावं लागलं.

राजाला देशोधडीला जावं लागलं आहे, ही गोष्ट राणीच्या कानांवर गेली होती. त्यामुळे ती त्या राजाच्या शोधाला निघाली. राजा कैदेत पडला आहे, ही गोष्टही तिला कळून आली. एक डोळे असलेला माणूस तिलाही भेटला. तो आपल्या गहाण ठेवलेल्या डोळ्याची मागणी तिच्याजवळ करू लागला.

राणीने क्षणभरच विचार केला आणि ती म्हणाली, ''बरोबर आहे तुझं म्हणणं. तुझा डोळा आम्ही सुरक्षित ठेवला आहे. पण असे अनेक डोळे आम्ही गहाण म्हणून ठेवले आहेत. तुझ्या डोळ्याचा नमुना जर देशील, तर नेमका तुझा डोळा मी त्यातून काढून देईन.''

यावर एका डोळ्याच्या त्या माणसाला काहीच उत्तर देता येईना आणि यावर काही युक्तीही न सुचल्यामुळे तो जाऊ लागला. तेव्हा राणी म्हणाली, ''तुला नमुना देता येत नसेल, तर तू घेतलेले चार हजार रुपये तुला परत द्यावे लागतील.''

शेवटी दुसरा डोळा गमावण्यापेक्षा चार हजार रुपये देणं बरं, असं वाटून त्याने मुकाट्याने त्या राणीला पैसे परत दिले.

आता राजा ज्या शहरात केंदैत पडलेला होता, त्या शहरात राणी आली. राजकन्या चंचला हिने लावलेला पणही राणीला कळला. राणीने एका राजपुत्राचा वेष घेतला. राजकन्येचा पण जिंकण्यासाठी ती तिकडे गेली.

नेहमीच्या पद्धतीप्रमाणे फाशांचा खेळ खेळताना एक मांजर राजकन्येजवळ बसलेलं त्या राजपुत्राला दिसलं. त्याच्या डोक्यावरचा दिवा त्याला दिसला. चंचलेने खेळायला सुरुवात केली आणि डाव चुकल्याबरोबर तिने मांजराला खूण केली. राणीला ही गोष्ट अगोदरच कळल्यामुळे ती त्या तयारीनेच आलेली होती. चंचलेने मांजराला खूण केल्याबरोबर राणीने आपल्या बटव्यात आणलेल्या उंदराला बाहेर सोडलं. मांजराचं लक्ष त्या उंदराकडे गेल्यामुळे ते मांजर आपलं काम विसरलं आणि चंचला खेळात हरली.

आपण खेळात हरल्यामुळे आणि राणी जिंकल्यामुळे राणीच्या सांगण्याप्रमाणे सर्व कैद्यांना चंचलेने सोडून दिलं. सोडून दिलेल्या त्या कैद्यांमध्ये दु:खी झालेला राजाही होता.

राजाने राणीला ओळखलं. स्वत:बद्दल त्याला फार लाज वाटली. त्याने राणीची क्षमा मागितली. धनदौलत ज्ञानापुढे कमीच पडणार. ज्ञानाचं मोल केव्हाही जास्तच ठरणार, हे राजाने कबूल केलं आणि त्यानंतर तो राजा आणि राणी सुखाने नांदू लागली.

५. चोराचा चांगुलपणा

एक राजपुत्र होता. त्याच्या वाड्याशेजारीच एक मोठा व्यापारी राहत असे. त्या व्यापाऱ्याच्या दोन मुलांची आणि या राजपुत्राची मैत्री जमली. हे तिघं नेहमी गावातून हिंडत आणि आपल्या वडिलांच्या पैशावर चैन करत.

राजपुत्र आता मोठा झाला, तरी त्याचं राज्यकारभाराकडे मुळीच लक्ष नाही, हे राजाला आवडेना. त्याने आपल्या मुलाला खूप सांगून पाहिलं; पण उपयोग झाला नाही. तिकडे व्यापाऱ्याच्या मुलांचीही तीच स्थिती झाली. ते व्यापारात मुळीच लक्ष घालीनात. राजपुत्राबरोबर हिंडून मुलं चैन करतात, हे व्यापाऱ्याला माहीत नव्हतं. त्याने मुलांना सांगून पाहिलं, पण व्यर्थ! उलट त्या सांगण्याने मुलांना वडिलांचा राग मात्र आला.

तो राजपुत्र आणि ती दोन मुलं यांच्यावर त्यांचे वडील नाखुश राहू लागले. शेवटी घरात नेहमी होणारा अपमान सहन न होऊन तिघांनीही बाहेर निघून जाण्याचं ठरवलं; पण बाहेर पैशाशिवाय एकही वस्तू मिळणार नाही. अशा वेळी वैदूने सांगितलेली एक गोष्ट त्या मुलाला आठवली. शेजारी असलेल्या रत्नाकर नावाच्या पर्वतावर एका ठिकाणी रत्नं आहेत, असं त्याने सांगितलं होतं. त्या व्यापाऱ्याच्या मुलांनी आजवर ही गोष्ट कोणालाही सांगितलेली नव्हती. आता आपण त्याच बाजूला जाऊन पाहावं, असं त्यांनी ठरवलं.

आपल्या आचाऱ्याजवळून थोडी-थोडी शिधासामग्री तिघांनी घेऊन ठेवली आणि एके दिवशी ते पहाटेच बाहेर पडले. व्यापाऱ्याची मुलं पुढे निघाली. त्यांना त्या ठिकाणची खूण वैदूने सांगून ठेवली होती. त्यांच्या मागोमाग राजपुत्र चालला होता. तिघंही डोंगर चढू लागले. हळूहळू किर्र झाडी लागली. वाटेत काटेकुटे होते. तिघांनाही आता भीती वाटू लागली, पण परत घरी म्हणून जायचं नाही, असा तिघांचा ठाम निश्चय होता. ते झपाट्याने पुढे चालले होते. मध्येच एक नाग फुस्कारे टाकत सर्रकन इकडून तिकडे गेला, तेव्हा तिघंही घाबरून गेले. पण तसेच धीर करून ते पुढे निघाले.

हळूहळू त्यांनी ती अवघड टेकडी ओलांडली आणि ते एका ओहोळाजवळ आले. ओहोळाच्या एका बाजूला त्यांना एक सुसर दिसली. पलीकडे वाळवंट पसरलेलं दिसत होतं. त्या वाळवंटात बरेच दगडगोटे होते. सूर्यप्रकाशात त्यांना त्या दगडगोट्यांत काहीतरी चमकताना दिसलं. अगदी मांजराच्या पावलांनी ते गेले. तिथे एक रत्न होतं. राजपुत्राने ते

पटकन उचललं. जरा पुढे जातात, तो व्यापाऱ्याच्या एका मुलाला अगदी तसंच दुसरं रत्न सापडलं. ती रत्नं सूर्यप्रकाशात लकाकत होती. तेवढ्यात त्या सुसरीने जरा हालचाल केली. तिघंही घाबरून पळू लागले. तिसऱ्या मुलाला काहीच सापडलं नाही. पळत असताना त्याच्या पायाला काटा बोचला. वाकून तो काटा काढू लागला. पाहतो तो तिथे काटा नसून एक रत्नच होतं. झालं! तिघांनाही रत्नं मिळाली. पण आणखी रत्नं शोधत तिथे थांबण्याचा त्यांचा धीर नव्हता. त्या सुसरीची सगळ्यांना भीती वाटत होती.

टेकडीच्या पलीकडच्या बाजूला एक गाव होतं. त्या गावातून त्यांना आता जायचं होतं. पण ही रत्नं घेऊन कसं जायचं? आपली कोणी झडती घेतली तर? शेवटी ते एका झाडाखाली बसले. त्यांनी आपल्या शिदोऱ्या सोडल्या आणि ते फराळ करायला लागले.

फराळ करताना त्यांना वाटलं, 'ही रत्नं आता आपण गिळून टाकावी. आपल्या पोटात ती असली, तर कोणाला सापडणार नाही.'

खाता-खाता त्यांनी ती रत्नं घासात घातली आणि गिळून टाकली. पण याच वेळी बाजूला त्यांच्या नकळत चाललेला प्रकार त्यांच्या लक्षात आला नाही. पलीकडच्या झाडांच्या जाळीतून एक माणूस हे सगळं पाहत होता. त्या तिघांनी रत्नं गिळली आहेत, हे त्याने हेरून ठेवलं.

शेजारच्या एका झऱ्यावर पाणी पिऊन ते पुढे निघाले.

'आपणही त्यांच्याबरोबर जावं आणि प्रसंग पाहून त्यांना ठार करावं आणि त्यांच्या पोटातली रत्नं लांबवावीत,' असं त्या माणसाने ठरवलं.

तो पुढे येऊन म्हणाला, ''काय हो? कुठं जायचं तुम्हाला? मी येऊ का तुमच्याबरोबर? मला कुठंतरी कामधंदा हवा आहे.''

ती मुलं म्हणाली, ''तर मग चला ना आमच्याबरोबर.''

आता ते चौघंही गप्पागोष्टी करत एका खेड्याजवळून चालले होते. त्या खेड्यात भिल्लु लोक राहत असत. त्यांचा प्रमुख खेड्याच्या टोकाला राहत होता. त्याच्याकडे पिंजऱ्यात ठेवलेला एक पोपट होता. त्या पोपटाची भाषा त्या भिल्लुप्रमुखाला कळत असे.

तो पोपट म्हणाला, ''खेड्याच्या बाजूने काही प्रवासी चालले आहेत, त्यांच्याजवळ रत्नं आहेत.''

त्याने ताबडतोब आपले लोक पाठवले आणि त्या प्रवाशांना बोलावून घेतलं. त्यांना भीती वाटली. पण ती रत्नं सापडण्यासारखी नव्हती, म्हणून त्यांना बरं वाटलं. त्या भिल्लुप्रमुखाने त्यांची झडती घेतली. पण त्यांच्याजवळ काहीच सापडलं नाही, म्हणून त्याने त्यांना सोडून दिलं, पण तेवढ्यात तो पोपट बोलू लागला, ''त्या प्रवाशांजवळ रत्नं

आहेत, रत्नं आहेत!''

त्या भिल्लांच्या प्रमुखाने त्या चौघांना पुन्हा मागे फिरवलं.

तेथे जमलेल्या भिल्लांपैकी एक जण म्हणाला, ''त्यांच्या पोटात असतील रत्नं.''

आता मात्र भिल्लांच्या प्रमुखाला ते पटलं. कारण पोपट खोटं सांगत नाही, ही त्याला खात्री होती. दुसऱ्या दिवशी सकाळी त्यांची पोटं फाडून पाहण्याचं ठरवलं आणि सर्वांना कैदेत ठेवलं.

नवीन प्रवाशाला म्हणजे त्या चोराला वाटलं, 'आपला चोरीचा बेत नाहीतरी आता फसणारच आहे आणि या तीन प्रवाशांबरोबरीने आता आपल्याला मरावं लागणारच आहे! तर मग मरता-मरता या तिघांवर काही उपकार करता आला तर पाहावा.' अशी सुबुद्धी त्याला सुचली.

'आपलं पोट आधी फाडायला सांगितलं, तर ते तिघं वाचतील.' असं त्याला वाटलं.

दुसऱ्या दिवशी सकाळी सर्वांना त्या भिल्लप्रमुखासमोर आणलं, तेव्हा तो नवीन

प्रवासी पुढे आला आणि म्हणाला, ''महाराज, हे माझे जिवलग मित्र आहेत. यांचं मरण मला पाहवणार नाही, तेव्हा माझी एक विनंती आहे.''

तो भिल्ल म्हणाला, ''काय म्हणणं आहे तुझं? बोल.''

तो म्हणाला, ''मी शपथेवर सांगतो की, आमच्या पोटात काहीही नाही. पण त्यांना मारण्यापेक्षा मला आधी मारा आणि खात्री करा.''

भिल्ल म्हणाला, ''ठीक आहे. तुला आधी मारतो, पण माझी खात्री आहे की, या पोपटाची वाणी खोटी होणार नाही.''

त्या भिल्लप्रमुखाच्या सांगण्याप्रमाणे तिथे आलेल्या भिल्लांनी त्या नवीन प्रवाशाचं पोट फाडलं, पण त्यांना काहीही मिळालं नाही.''

त्या भिल्लांच्या प्रमुखाला वाईट वाटलं. तसंच त्या पोपटाचा रागही आला. त्या रागाच्या भरात त्याने त्या पोपटाला ठार मारलं आणि त्या प्रवाशांना तिघांनाही सोडून दिलं.

त्या तिघांनी जवळच असलेल्या जाईजुईच्या वेलीखाली पडलेली फुलं वेचली आणि आपल्यावर उपकार करणाऱ्याच्या मृत शरीरावर ओंजळीने वाहिली. त्याला नमस्कार करून ते तिघं पुढे चालू लागले. त्यांच्या डोळ्यांतून अश्रू वाहत होते. लोभाचा शेवट उपकारात झाला, तो असा!

६. दीर्घोद्योगाचं फळ

विनायक आणि वसंत हे दोघं मित्र होते. एकाच शाळेत त्यांचा विद्याभ्यास झाला. अगदी शाळेच्या आरंभापासून त्यांची मैत्री होती. हायस्कूलचं शिक्षण संपेपर्यंत ते बरोबरच शिकले.

एका मोठ्या कापडाच्या दुकानात त्यांना विक्रेत्याचं काम मिळालं आणि एकाच काउंटरवर विक्रीचं काम करण्यासाठी त्यांना नेमण्यात आलं.

काम आटोपून परत येताना एके दिवशी त्यांचं आपसात बोलणं चाललं होतं.

वसंत म्हणाला, ''आपलं काम काही मला तितकंसं चांगलं वाटत नाही.''

त्यावर विनायक म्हणाला, ''अगदी तसंच काही म्हणता येणार नाही. आज नुसतं बेकार बसून राहण्यापेक्षा आठवड्याला साठ रुपये मिळवणं, हे काही कमी नाही. पुढे आपला पगार नक्की वाढू शकेल.''

रोज त्यांना दिवसभर तिथे निरनिराळ्या प्रकारचं कापड विकावे लागे आणि नाना तऱ्हेच्या गिऱ्हाइकांशी बोलण्याचा प्रसंग येई. दुकान त्यांच्या घरापासून सुमारे एक मैल लांब होतं.

एके दिवशी वसंत म्हणाला, ''खरोखर कंटाळा आला बुवा, मला त्या कामाचा आणि तिथे आपल्याला पैसेही अगदीच थोडे मिळतात.''

वास्तविक, दोघांनाही या वेळी काहीच खर्च नव्हता. विनायक घरून डबा आणत असे. वसंता मात्र हॉटेलमध्ये जाऊन काही तरी खात असे.

विनायक म्हणे, ''नुसतं बसून राहण्यापेक्षा सध्याचा हा आपला उद्योग पुष्कळ बरा आहे.''

विनायकाने आपले सगळे पैसे आईजवळ देऊन ठेवत असे आणि ते शिल्लक ठेवून द्या सांगत असे. पण वसंता मात्र आपले पैसे हॉटेलात, सिनेमात आणि चांगले भारी कपडे शिवण्यात खर्च करून टाकी. त्यामुळे कधी-कधी वसंताला खर्चासाठी वडिलांकडून पैसे घेण्याची वेळ येई.

थोड्याच दिवसांत त्यांची दुकानातली विक्रीची ठिकाणं बदलली. रोज घरी जाताना मात्र ते बरोबरच जात.

आपल्या मिळकतीबद्दल वसंताची नेहमी तक्रार असे आणि विनायक त्याला नेहमी धीर देऊन म्हणत असे, ''आपलं चांगलं काम दिसून आलं की, आपल्या पगारात खात्रीने वाढ होईल. वसंता, विक्रेत्याने नेहमी गिऱ्हाइकाला खुश ठेवण्याचं धोरण ठेवलं पाहिजे.''

आज वर्षअखेरचा दिवस होता. ते दोघं काम आटोपून घरी चालले होते.

वसंता म्हणाला, ''मला यापुढेही दर आठवड्याला साठच रुपये मिळणार. तुझ्या पगारात काही वाढ झाली काय रे विनायक?''

विनायक म्हणाला, ''मला आता शंभर रुपये मिळणार!''

आपल्यापेक्षा विनायकाला आता जास्त पगार मिळणार, हे ऐकून वसंताला आश्चर्य वाटलं.

तो म्हणाला, ''धंद्यामध्ये नेहमी असंच चालतं. हा डावे-उजवेपणा सगळीकडे असतो. आज मला असं सांग, तू माझ्यापेक्षा जास्त काय केलं आहेस? मला ह्याचा तपास केला पाहिजे.''

दुकानाच्या मालकाने एके दिवशी याचा खुलासा केला.

तो वसंताला म्हणाला, ''विक्रेत्याचं काम म्हणजे नुसतं काउंटरवर उभं राहणं नव्हे. हे काम तुझं पहिल्यासारखं चालू आहे. पण गिऱ्हाइकाला खुश करण्याचं काम जसं विनायकाला साधतं, तसं तुला ते साधत नाही.''

ह्या बोलण्याने वसंताचा अभिमान डिवचला गेला. तेवढ्यात एक बाई लेसचे नमुने पाहण्यासाठी काउंटरजवळ आली. तिने एक नवीन प्रकारचा नमुना वसंताजवळ मागितला. पण ''हा प्रकार इथं नाही,'' असं वसंताने सांगितलं.

ते विनायकाने ऐकलं, तेव्हा त्याने पलीकडून सांगितलं, ''अरे वसंता, खालून चौथ्या खणातला डावीकडून तिसरा खोका काढ, त्यात तो नमुना सापडेल.''

खरोखरीच वसंताने तो खोका काढला, तेव्हा त्यात नेमका तो नमुना मिळाला.

ती बाई निघून गेल्यावर दुकानाचा मालक तिथे आला आणि म्हणाला, ''पाहिलंस वसंता, कोणता माल कुठं ठेवला आहे, तुला अजून माहीत नाही! जो पाहिजे तो नमुना विनायकाने बरोबर काढून दिला.''

वसंता म्हणाला, ''माझ्या लक्षात राहत नाही.''

''हीच गोष्ट विनायकाला कशी जमते पहा.'' असं म्हणून मालक निघून गेले. त्यांचं सगळ्या दुकानात बारकाईने लक्ष होतं.

''आपल्याला विक्रीच्या मालाची चांगली माहिती असली पाहिजे,'' ही मालकाने

दिलेली सूचना जशी विनायकाच्या उपयोगी पडली, तशी वसंताच्या उपयोगी पडली नाही.

विनायक त्याच दिवशी काम आटोपल्यावर मालकाकडे गेला आणि लेसच्या नमुन्याचे तुकडे कापून घरी नेण्याची त्याने मालकाकडून परवानगी घेतली.

तो मालकाला म्हणाला, ''ह्या वेगवेगळ्या नमुन्यांचा मला पूर्णपणे अभ्यास करायचा आहे नुसत्या स्पर्शाने त्यांची पारख कशी करायची, ते मी शिकणार आहे.''

लेसचे नमुने घरी नेऊन विनायकने त्यांचं निरीक्षण केलं. त्याने एक भिंग आणलं आणि लेसची बारीक वीण त्याने बारकाईने पाहिली. थोड्याच दिवसांत त्याला लेसच्या निरनिराळ्या नमुन्यांची चांगलीच माहिती झाली. दुकानात तो आता गिऱ्हाइकाला लेसचं खुलासेवार वर्णन करून माहिती देऊ लागला. दुसऱ्या वर्षानंतर विनायकाचं काम चांगलं दिसून आल्यामुळे त्याचा पगार आणखी पंचवीस रुपये वाढला.

वसंता म्हणाला, ''विनायक, मालक तुझ्यावर खुश आहेत.''

विनायक शांतपणे म्हणाला, ''तसं नव्हे! मी हल्ली लेसचा अभ्यास चालवला आहे. वसंता, तू रात्री माझ्याकडे ये. मी तुला लेसचे नमुने दाखवून माहिती सांगेन.''

त्यावर वसंता म्हणाला, ''आज मला नाही येता येणार! आज मी सिनेमाचं तिकीट काढलं आहे.''

असेच काही महिने निघून गेले आणि विनायकने एका रात्रीच्या शाळेत नाव घातलं. तिथे त्याने रसायनशास्त्राचा अभ्यास करायला सुरुवात केली. त्याची अभ्यासू वृत्ती पाहून तिथले अध्यापक त्याच्यावर खुश असत. निरनिराळ्या लेसचे प्रकार विनायक विकत असतो, हे त्यांना कळलं. त्यांनी एके दिवशी काही नमुने त्याला बरोबर घेऊन यायला सांगितले. लेसच्या धाग्यांची रासायनिक परीक्षा कशी करायची, हे तो तिथे शिकला.

एकदा दुकानात परदेशातल्या लेसचे गठ्ठेच्या गठ्ठे येऊन पडले. विनायकने ते सर्व लेसचे नमुने भिंगातून बारकाईने पाहिले. त्यातले काही नमुने बनावट होते, असं त्याला आढळून आलं.

तो मालकाकडे गेला आणि त्याने ही गोष्ट मालकाच्या कानावर घातली. तेव्हा मालकाने त्याला दुसऱ्या एका गृहस्थाकडे पाठवलं. हा माणूस लेसच्या परीक्षेसाठी नवीनच नेमला होता. विनायकने या लेसच्या नमुन्याचा प्रकार त्याला सांगितला.

पण तो माणूस म्हणाला, ''ह्या व्यवहारात तुला लक्ष घालण्याचं काय काम? तुझं विक्रीचं खातं तू सांभाळ!''

ती गोष्ट विनायकाने मालकाच्या कानांवर घातली, तेव्हा मालक स्वत: त्यात लक्ष

घालून म्हणाला, ''विनायक, हे नमुने तू बनावट कशावरून म्हणतोस?''

त्यावर विनायक म्हणाला, ''हायस्कूलमधल्या अध्यापकांनी मला याची चांगली माहिती दिलेली आहे.''

दुकानाच्या मालकाने अध्यापकाची भेट घेतली आणि विनायकाने लेसची केलेली परीक्षा खरी आहे, याबद्दल खात्री करून घेतली.

त्यानंतर लेसच्या परीक्षेसाठी नेमलेल्या नवीन इसमाला काढून टाकून त्याच्या जागेवर मालकाने विनायकची नेमणूक केली. त्याचा पगार आता आठवड्याला दोनशे रुपये झाला. वसंताला मात्र अजून साठ रुपयेच मिळत होते.

तीन वर्षं झाली, तरी वसंताचा पगार अजून वाढला नव्हता.

तो विनायकाला म्हणाला, ''तुझं नशीब थोर आहे, म्हणून तुझी बढती होत आहे.''

पुढे काही दिवसांनी लेसचा जास्त अभ्यास करण्याकरिता आणि मालाची माहिती मिळवण्यासाठी त्या व्यापाऱ्याचा एक मित्र इंग्लंडला जायला निघाला. तो विनायकला जोडीदार बरा आहे, असं वाटून दुकानाच्या मालकाने विनायकालाही आपल्यातर्फे त्याच्याबरोबर जायला सांगितलं.

ही गोष्ट वसंताला कळाली, तेव्हा वसंता विनायकला म्हणाला, ''मी तुला भाग्यवान म्हणतो, ते खरं की नाही? वास्तविक आपण दोघं या दुकानात बरोबरच कामाला लागलो, तरी असा फरक पडतो. तो का?''

विनायक म्हणाला, ''हे पहा वसंता, तू माझ्याकडे रात्रीचा येत जा. मी तुला लेसची माहिती करून देईन. त्या माहितीचा तुला दुकानात उपयोग करता येईल. मला परदेशात जायला अजून काही दिवस आहेत. तुझी दुकानातली कामाची सुधारणा पाहून मालक तुझीही बढती करतील.''

''पण मला रात्रीचा मुळीच वेळ नसतो.'' वसंता कपाळाला आठ्या पाडून म्हणाला आणि ते तसंच राहिलं. पुढे ठरल्याप्रमाणे विनायक परदेशात गेला. तो चार-पाच महिन्यांत परत आला. तो आता एक ऑफिसर बनला होता.

तो वसंताच्या काउंटरजवळ आला, तेव्हा वसंता म्हणाला, ''हे पहा विनायक, एक गोष्ट मी तुला सांगणार आहे. माझं ऐकलंस तर माझ्यावर मोठे उपकार होतील. मी इतके दिवस इथे कामावर असून माझी काहीच प्रगती नाही, म्हणून मला कामावरून काढण्याचा मालकाचा विचार आहे, असं माझ्या कानावर आलं आहे. पण तू आता मोठा ऑफिसर झाला आहेस ना? तेव्हा तू माझ्यासाठी मालकाला सांग. तुझ्या पगारातही आता बरीच वाढ झाली असेल.''

विनायक म्हणाला, ''होय. मला आता वर्षाचा बारा हजार रुपये पगार मिळणार! शिवाय प्रवास भत्ताही मिळणार!''

वसंताने प्रेमभराने विनायकला एकदम मिठी मारली आणि वर पाहत तो म्हणाला, ''विनायक, याला म्हणतात नशीब आणि याला म्हणतात मालकाची मर्जी.''

पण याबरोबरच विनायकाच्या उज्ज्वल यशाचं बीज वसंताला मनातून कळलं असेलच.

७. भाग्य उजळलं!

एक राजा होता आणि त्याची एक राणी होती. त्यांना एक मुलगी होती. मुलगी फारच सुंदर आणि गोरी गोरी पान होती. राजाने एका विद्वान ज्योतिष्याला बोलावून त्या राजकन्येची जन्मकुंडली बनवली. कुंडली तयार झाल्यावर राजा आणि राणी या दोघांनी ज्योतिषीबुवांना राजकन्येचं भविष्य पाहायला सांगितलं.

ज्योतिषीबुवा कुंडली पाहून म्हणाले, ''खरंच राजेसाहेब, ही तुमची मुलगी मोठी भाग्यवान आहे. हिचं रूप, गुण आणि कर्तबगारी यामुळे ती तुमच्या घराण्याचं नाव काढील पहा. परंतु...''

इतकं बोलून ते एकदम थांबले. त्यामुळे पुढे काहीतरी वाईट आहे, असं वाटून राजा-राणी दोघांना धक्का बसला.

राणी म्हणाली, ''बोला, बोला महाराज, काय असेल ते सांगून टाका.''

बरेच आढेवेढे घेतल्यावर ज्योतिषीबुवा म्हणाले, ''काय सांगू राजेसाहेब! ही मुलगी मोठी झाल्यावर एक संकट येणार आहे. हिला एके ठिकाणी नोकरी करावी लागेल. पण काही वर्षांनंतर हिचे साडेसातीचे दिवस संपतील आणि ती आपल्या पतीच्या पराक्रमाने सुखी होईल.''

हे ऐकून राजाराणी दोघंही काळजीत पडली. त्यांनी त्या मुलीला कुठंही एकटी बाहेर पाठवलं नाही. राजकन्या मोठी झाली. तिला घोड्यावर बसण्याची आणि तिरंदाजी करण्याची हौस असल्यामुळे स्वत: राजाने तिला ते शिक्षण द्यायला सुरुवात केली.

राणी म्हणे, ''ती मुलगी आहे. तिला घोड्यावर बसण्याची किंवा लढाईच्या शिक्षणाची तेवढी जरुरी नाही. तिला घरकामाची माहिती पाहिजे.''

पण राजा म्हणे, ''अजून आपली मुलगी लहान आहे. सध्या तिचे खाण्याखेळण्याचे दिवस आहेत. तिला आपण दुसऱ्याच्या घरी पाठवायचीच नाही. उलट जावयालाच इथे ठेवून राज्यकारभार त्याच्याकडे सोपवू.''

अशा प्रकारे दिवस जात असताना राजकन्येच्या नशिबी काही निराळीच घटना होती. एके दिवशी राजा शिकारीला निघाला. इतक्यात राजकन्या घोड्यावर स्वार झाली आणि त्याच्या मागोमाग निघाली. तिच्याजवळ धनुष्यबाण होतं.

ती म्हणाली, ''मीही येते तुमच्याबरोबर शिकारीला.''

राजा म्हणाला, ''सध्या दुपारच्या वेळेला ऊन असतं, थंडीच्या दिवसात तुला नेईन.''

परंतु राजकन्या हट्ट धरून बसली आणि शेवटी राजाबरोबर गेली.

राजा आणि राजकन्या पुढे आणि त्यांचे शिपाई मागे असे घोड्यावरून चालले होते. रानात एके ठिकाणी झुडुपामागे एक काळं हरीण बसलं होतं. ते पाहताच राजकन्येने नेम धरून बाण सोडला. हरणाच्या शिंगाला चाटून बाण पुढे गेला आणि हरीण तीरासारखं पुढे निघालं. राजा आणि राजकन्या दोघांनीही आपल्या घोड्यांचे लगाम सैल सोडले आणि त्या हरणाचा पाठलाग सुरू केला, पण हरीण केव्हाच निसटून गेलं होतं.

इतक्यात जोराचं वादळ सुरू झालं. राजाचे शिपाई वाट चुकून दुसरीकडे गेले. खूप दौड झाल्यामुळे राजाला आणि राजकन्येला दम लागला होता. दोघंही तहानेने व्याकूळ झाली होती. थोड्या अंतरावर त्यांना हिरवळ दिसली आणि जवळ जाऊन पाहतात, तो तेथे एक मोठा बंगला हाता. त्याच्याभोवती एक भिंत असून आत सुंदर बाग होती. दोघंही घोड्यावरून खाली उतरून फाटकाकडे निघाली.

राजकुमारीने फाटकाला हात लावताच ते फाटक उघडलं. ती आत शिरली, पण ताबडतोब ते फाटक बंद झाले. राजा बाहेरच राहिला. त्या दोघांनीही ते फाटक उघडण्याचा जोराचा प्रयत्न केला; पण ते तिळभरसुद्धा हललं नाही. इतकंच नाही, तर त्याच्या दारांचा सांधाही कुठं दिसेना. एक पोलादी भिंतच दोघांमध्ये दिसू लागली. राजकन्या आत इथेच अडकून राहणार, असं राजाला वाटलं.

राजकन्या ढसाढसा रडू लागली. ती रडत-रडत म्हणाली, ''बाबा, मला आता इथेच राहावं लागणार! माझी साडेसाती आता सुरू झाली, असं दिसतंय. येथे आत बंगला दिसतो आहे. माझी काहीतरी सोय होईल. आत फळझाडंही दिसतात. तुम्ही आता जा. साडेसाती संपल्याशिवाय मला इथून बाहेर पडता येणार नाही.''

राजाला अतिशय दु:ख झालं. तो दु:खाने राजधानीकडे परतला. राजकन्येची बातमी हां हां म्हणता सगळ्या राजधानीत पसरली आणि राजधानीत दु:खाची छाया दिसू लागली. राणीला दु:खाने मूर्च्छा आली. तिला ज्योतिषाने सांगितलेल्या भविष्याची आठवण झाली. तिने रडून आकान्त केला.

ती मोठमोठ्याने रडू लागली आणि म्हणाली, ''माझ्या छबेलीला शेवटी हरणाचं रूप घेऊन पकडलं! आता ही साडेसात वर्षं कधी जाणार? माझ्या मुलीला दुसऱ्याची नोकरी करताना काय दु:ख सहन करावं लागेल, देव जाणे!''

इकडे राजकन्या घाबरीघुबरी होऊन त्या बंगल्यात शिरली. तिथे बंगल्यात सगळ्या खोल्या ओस पडलेल्या तिला दिसून आल्या. जाता-जाता ती सातव्या खोलीत गेली. तिथे मात्र तिला एक चमत्कारिक दृश्य दिसलं. त्या खोलीत एका पलंगावर एक सुंदर राजपुत्र झोपलेला दिसत होता. त्याच्या सर्वांगावर पायापासून डोक्यापर्यंत सुया खुपसलेल्या दिसत होत्या. त्या राजपुत्राचं दु:ख पाहून आपलं हे दु:ख काहीच नाही, असं राजकन्येला वाटलं.

ती म्हणाली, ''काय ही याची दशा! कोणीतरी शत्रूने याच्या शरीराला अशा ह्या सुया बोचून हा दुष्टपणा केलेला आहे. मी ह्या सुया बाहेर काढून पाहते. कदाचित सगळ्या सुया काढल्यावर तो ह्या अवस्थेतून उठून बसेल.''

त्या बंगल्यात राजकन्येला कशाचीच कमतरता नव्हती. एकाकीपणा हे मात्र तिचं मोठं दु:ख होतं. बागेत रोज एक माळीण आणि तिची मुलगी येऊन काम करून जात असत. त्यामुळे बाग खूपच सुंदर बहरत होती. ती रोज त्या राजपुत्राच्या शरीरात बोचलेल्या बऱ्याच सुया उपटून बाहेर काढी. अशा प्रकारे कित्येक महिने निघून गेले. बाहेरच्या बागेतली फळंही ती मधूनमधून तोडून खात असे. असे करता-करता त्या राजपुत्राच्या डोळ्यांतच काय त्या, आता सुया शिल्लक राहिल्या होत्या. अशा त्या दु:खात असताना कित्येक दिवसांत राजकन्येचं न्हाणंही झाले नव्हतं, म्हणून स्वच्छ न्हाणं झाल्यावर आणि केस बांधल्यावरच राजपुत्राच्या डोळ्यांतल्या सुया काढू, असं तिने ठरवलं आणि ती अंघोळीला गेली. इतक्यात बागेच्या माळणीची मुलगी आत आली. तिने त्या राजपुत्राच्या डोळ्यांतल्या सुया खसकन ओढून बाहेर काढल्या, तेव्हा तो राजपुत्र झोपेतून जागा झाल्याप्रमाणे उठून बसला. त्याला पूर्वीचं स्मरण झालं. आपले रक्षण करणारी हीच मुलगी आहे, असं त्याला वाटलं; म्हणून त्याने तिला राणी बनवलं.

इतक्यात राजकन्या अंघोळ उरकून आत आली, तेव्हा त्या राजपुत्राने त्या माळणीच्या मुलीला विचारलं, ''ही कोण आहे?''

तेव्हा काही विचार न करता ती चटकन म्हणाली, ''ही माझी दासी आहे.''

राजपुत्राला तेच खरं वाटलं.

अशा रीतीने ती राजकन्या तिथे दासी म्हणून राहिली. माळणीची मुलगी राणी बनून तक्क्याशी टेकून हुकूम सोडू लागली. एकदा राजपुत्र फिरत-फिरत त्या पोलादी फाटकापाशी आला, तेव्हा त्याला पूर्वीचं स्मरण झालं. एका जादूगाराने आपल्याला सुयांनी डागून त्या बंगल्यात डांबून ठेवलं आणि, 'एक राजकुमारी येऊन त्या सुया काढून तुला मोकळं करील आणि तिला जेव्हा तू राणी बनवशील, तेव्हा हा दरवाजा उघडेल आणि

तुझी सुटका होईल.' असं त्या जादुगाराने सांगून ठेवलं होतं. आता आपण सुयांच्या बंधनातून मोकळे झालो आणि एक मुलगी राणी म्हणून आपल्याजवळ राहते आहे, ही गोष्टही त्याच्या लक्षात आली. पण राणी म्हणून राहणारी मुलगी दासीसारखी वाटते आणि दासी म्हणून काम करणारी मुलगी राजकन्येसारखी वाटते, अशी त्याला शंका आल्यामुळे त्याने त्या दोघींची परीक्षा पाहण्याचं ठरवलं.

एके दिवशी ती दासी झोपेत बडबडू लागली, ''हाय रे शनिदेवा! आता माझे साडेसातीचे दिवस किती राहिले?''

ह्या तिच्या बडबडीवरून त्या राजपुत्राची शंका जास्तच बळकट होत चालली. राजपुत्राने एके दिवशी त्या दोघींनाही आपली शिकारीची तयारी करायला सांगितली. माळ्याच्या मुलीला शिकारीची तयारी काय माहीत असणार? तिने राजपुत्राच्या भरजरी पोशाखाची तयारी केली आणि सुऱ्या, खुरपी, कोयते ही हत्यारे जमा करून ठेवली. ती

तयारी पाहून राजपुत्राला हसू आलं. पण दासीचं काम करत असलेल्या राजकन्येने मात्र वेगळीच तयारी केली. तिने घोड्यावरच्या शिकारीचा पोशाख, धनुष्यबाण, तलवार वगैरे साहित्य झटदिशी आणलं. कारण तिला शिकारीची तयारी पूर्ण माहिती होती. ते पाहून राजपुत्राची खात्री झाली की, ही दासी नसून राजकन्या आहे.

तो तिला म्हणाला, ''बोल, तू खरी कोण आहेस? लवकर उत्तर दे.''

राजकन्या म्हणाली, ''महाराज, मी राजकन्या आहे. आपल्या सगळ्या शरीरातल्या सुया मीच काढल्या आहेत. डोळ्यांतल्या सुया काढायच्या राहिल्या होत्या. मी अंघोळीला बाहेर गेले होते. इतक्यात या मुलीने त्या सुया काढल्या आणि मी परत येऊन पाहते तो आपण तिला आपली राणी बनवून टाकलं, पण त्या वेळी हा साडेसातीचा प्रभाव समजून मी गप्प राहिले.''

ही हकिकत ऐकून राजपुत्राने माळणीच्या त्या लबाड मुलीला बाहेर हाकलून दिलं आणि त्या राजकन्येला आपली राणी बनवलं. ती दोघंही फाटकाजवळ आली.

राजपुत्राने त्या फाटकाला हात लावताच फाटक खाडकन उघडलं. त्याच दिवशी राजकन्येची साडेसाती संपली होती. राजाराणी आपल्या लवाजम्यासह राजकन्येला भेटायला येत होते. तोच ती राजकन्या त्या राजपुत्रासह समोरून येताना त्यांना दिसली. मग त्यांच्या आनंदाला सीमाच राहिली नाही. राजाराणी दोघंही आपल्या मुलीला आणि जावयाला हर्षभराने भेटली. सगळ्या प्रजेने आनंदोत्सव केला.

लवकर त्या दोघांचं थाटामाटाने लग्न झालं. सगळ्या प्रजेला मोठी मेजवानी देण्यात आली. राजाने आपला कारभार आता आपल्या जावयाच्या म्हणजे त्या राजपुत्राच्या स्वाधीन केला.

८. पद्मारथेचं स्वयंवर

लंकाधिपती रावण याच्याकडची गोष्ट आहे. रावणाची पत्नी मंदोदरी नुकतीच प्रसूत होऊन पाच-सहा दिवसच लोटलेले होते. आजचा सहावा म्हणजे मोठा महत्त्वाचा दिवस होता. मंदोदरीच्या प्रसूतिगृहात गडबड होती. षष्ठीपूजनाचा दिवस होता तो. नवजात कन्येचं भविष्य ठरणार होतं. सटवी प्रसूतिगृहात जाऊन ते तिच्या कपाळावर लिहिणार होती.

आपल्या कन्येचं भविष्य आपल्याला आधी समजावं, यासाठी रावणाची स्वारी जातीने प्रसूतिगृहाबाहेर बसलेली होती. सटवी म्हणजे ललाटलेखिकाच ती! नाजूक, हळुवारपणे पावलं टाकत रात्री बाराच्या सुमाराला ती मंदोदरीच्या प्रसूतिगृहाच्या दाराशी आली. अत्यंत सुंदर, कोमल, चंचल पदलालित्य असणारी, दागदागिन्यांनी नटलेली अशी ती रावणाच्या पुण्याईनेच त्याला दिसली. सती म्हणजे साध्वी होती ती, पण 'सती' शब्दावरून सटी व पुढे सटवी असं तिचं नाव पडत गेलं.

प्रसूतिगृहाच्या दाराशीच रावण होता. दाराशी आल्याबरोबर त्याने तिला पाहिलं आणि थाटामाटावरून सटवी ती हीच, असं ओळखलं.

रावणाने जरा दरडावूनच विचारलं, ''कोण आहेस तू? कशाला आली आहेस? माझ्या परवानगीवाचून तुला आत जाता येणार नाही.''

त्यावर सटवी म्हणाली, ''मला कोणाचीही परवानगी लागत नाही. मी ब्रह्मदेवाकडून आले आहे, मी आत जाऊन माझी कामगिरी करणार आणि परत जाणार.''

रावण म्हणाला, ''होय ना? सटवी म्हणतात ती तूच ना? तर मग तुझं आत काय काम आहे, ते सांगितल्याशिवाय आत जाता येणार नाही.''

सटवी म्हणाली, ''ऐक तर मग, तू त्या नवजात कन्येचा जन्मदाता ना? त्या बालिकेचं भविष्य तिच्या ललाटावर लिहिण्यासाठी मी आले आहे. मी ब्रह्मदेवाच्या आज्ञेने आले आहे. मी आपलं काम करीन आणि मग परत जाईन. माझ्या कामात कोणालाही लुडबूड करता येणार नाही.''

रावण म्हणाला, ''तर मग तू काय लिहिणार आहेस, ते मला आधी सांग आणि मग आत जा. नाहीतर तुला मी आत सोडणार नाही. मानवाचे नऊ ग्रह माझ्या ताब्यात आहेत.

माझ्या सिंहासनाच्या पायऱ्यांवर हे पालथे बसवलेले आहेत. त्यांच्यावर पाय देऊनच मी नेहमी सिंहासनावर चढत असतो.''

सटवी म्हणाली, ''खरं की काय? पण हे पहा, मी लिहीत असलेला ललाटलेख कधीही खोटा होत नाही. तो लेख लिहीत असताना मी आत कोणाला दिसणार नाही. कारण मी त्या लेखाकडे पाठ करून तो लिहिणार आहे. काय लिहायचं ते माझ्या मनातच आहे. पण काय लिहिलं ते मलाही दिसणार नाही.''

रावण म्हणाला, ''काय लिहायचं ते तुला माहीत आहे, तर तुला ते सांगता येईल. तू ते सांगून टाक आणि मग आत जा.''

सटवी म्हणाली, ''तुमचा फारच आग्रह असेल, तर लिहून परत आल्यावरच वाटल्यास तुम्हाला मी ते सांगेन.''

आणि रावण पुढे काय बोलतो, हे ऐकण्यासाठी ती तिथे थांबलीच नाही. ती तिथून सटकली आणि दार लोटून आत गेली. ती आत शिरलेली मात्र कोणालाच दिसली नाही. आत जाऊन सटवी आपलं काम करून परत आली. तोच रावण तिच्यासमोर तरातरा येऊन उभा राहिला आणि पाहता-पाहता त्याने आपली तलवार उपसली.

आणि काय? ती सटवी एकदम अदृश्य झाली आणि दुरून हवेतून कुठून तरी शब्द आले, 'रावणा, मी तुझ्या हाती सापडले नाही. पण हे लक्षात ठेव, तू आपल्या मुलीला कितीही जपत असलास, तरी तिचं लग्न तुझ्याकडे काम करणारा जो झाडूवाला, त्याच्या मुलाशी म्हणजे होनारथाशी होणार आहे. यात काडीमात्रही बदल होणार नाही.'

हे शब्द आपल्या हातून निसटून गेलेल्या, अदृश्य झालेल्या त्या सटवीचे होते, हे रावणाने ओळखले आणि तो संतापाने ओरडला, ''तर मग तूही ऐकून ठेव चांडाळणी, हा तुझा ललाटलेख मी खोटा ठरवूनच दाखवेन.'' रावण हे कोणाशी बोलत आहे, हे कोणालाच कळलं नाही.

दुसऱ्याच दिवशी त्या झाडूवाल्याचा मुलगा होनारथ घरातून नाहीसा झाला. रावणानेच कारस्थान रचलं. दोन माणसांनी रावणाच्या सांगण्यावरून त्याला काहीतरी गंमत दाखवण्याकरिता म्हणून होडीत घालून समुद्रात दूर नेलं. येताना त्याच्या पायाचा अंगठा मात्र तोडून आणला. होनारथाला खूप दूर समुद्रात बुडवला, असं रावणाला त्यांनी सांगितलं आणि त्याच्या पायाचा तोडलेला अंगठा रावणाला दाखवला.

ते सटवीचं लिहिलेलं भविष्य आपण खोटं ठरवणार, या विचाराने रावण आता निर्धास्त झाला. त्या होनारथाच्या आई-वडिलांवर मात्र नवीनच संकट आलं. त्याला

होडीत घालून नेला होता, पण मोठ्या वादळाने होडी बुडाली. होनारथ बुडून गेला. आम्हीच कसेबसे पोहून आलो, असं त्या दोघा माणसांनी सांगितलं. रावणापुढे काय करणार बिचारे ते आईबाप!

इकडे तो होनारथ बेटावर राहिला. ती दोन माणसं त्याला सोडून जातील, ही त्याला कल्पनाच नव्हती. पण जेव्हा त्यांनी त्याचा अंगठा कापला आणि ती तिथून नाहीशी झाली, तेव्हा तो घाबरून गेला आणि मोठ्याने रडू लागला. भटकत-भटकत तो एका ऋषींच्या आश्रमाजवळ आला. त्या बिचाऱ्याची ही अवस्था पाहून तिथले ऋषी बाहेर आले. चार-पाच वर्षांचा तो मुलगा रडताना पाहून त्यांना दया आली. त्याचा हात धरून त्यांनी त्याला आपल्या आश्रमात नेलं.

'आपल्याकडेच याला ठेवावा, काय शिकेल ते शिको. आपल्या हाताशीही काम करील,' असं वाटून ऋषींनी त्याला आश्रमातच ठेवलं.

तिथे इतर शिष्यही होते, त्यांच्यातच तो राहू लागला. दुर्वा, फुलं, समिधा आणणं आणि लाकडं आणणं अशी कामं करून त्यांच्यातच वेदविद्या आणि धनुर्विद्या शिकू लागला. बारा-चौदा वर्षांचा होईपर्यंत तो तिथे अंगापिंडाने चांगला झाला आणि शिक्षणातही हुशार झाला.

पुढे एके दिवशी त्याच बेटावर तो फुलं आणण्यासाठी एकटाच दूर गेला होता. समुद्राच्या किनाऱ्यावरच्या एका वेलीची फुलं काढत होता. पलीकडून एक मचवा काठाशी आला आणि त्यातल्या एका कोळ्याने या धष्टपुष्ट चलाख मुलाला मचव्यात ओढून घेतलं आणि मचवा जोरात हाकारला. आपल्यावर संकट आलं, असं होनारथाला वाटलं; पण त्या मचव्यातले लोक सज्जन दिसत होते. तो मचवा दुसऱ्या एका बेटावर गेला. तिथे त्या मंडळींनी त्याला आपल्या घरी नेलं. ती सर्व मंडळी त्याला सुखवस्तू दिसली. तिथे तो राहिला.

होनारथ स्वत: हुशार आणि बुद्धिमान असल्याने त्याची तिथे चांगली सोय झाली. तिथे राहूनही त्याला चांगलं शिक्षण मिळालं. हळूहळू त्याचं वय वाढत जाऊन तो राजबिंडा दिसू लागला. एखाद्या सरदाराचा किंवा राजाचा तो मुलगा असावा, असं वाटत होतं.

'आपल्या कुटुंबाला हे एक चांगलं रत्न लाभलं आहे,' असं त्या मंडळींना वाटू लागलं.

पुन्हा एके दिवशी त्यांची काही मंडळी अशी मचव्यामधून समुद्रावर फेरफटका करायला निघाली होती. समुद्रात एकाएकी वादळ आलं आणि ते इतकं वाढलं की, त्यांचा मचवा उलटा झाला. आतल्या सर्व उतारूंची वाताहात झाली. कोण कुठे गेलं, कोण बुडून

मेलं, याचा पत्ताही नव्हता.

होनारथाला चांगलं पोहता येत होतं. तरीपण आपल्याला किनारा गाठता येईल की नाही, याची शाश्वती नव्हती. शेवटी दूर अंतरावर किनारा दिसू लागला. चांदण्या रात्री समुद्रावरच्या सफरीत मजा आली होती. पण ध्यानीमनी नसलेल्या वादळाने सर्वांची दुरावस्था केली होती. होनारथाला किनारा दिसला, तेव्हा आकाश तांबूस दिसू लागलं होतं. आता वादळही शांत झालं होतं. होनारथाच्या जिवात जीव आला.

लंकेचाच किनारा होता तो. समुद्रात दूरच्या एका बेटावर होनारथाला त्या माणसांनी सोडल्याला वीस-बावीस वर्षं झाली होती. आता त्या लंकेच्याच किनाऱ्याला होनारथ हळूहळू येऊन लागणार होता. त्याच्या कानावर बऱ्याच लोकांचा जयजयकार आला.

''भाग्योदय महाराज की जय!''

आणि हे ऐकून आपल्यावर पुन्हा काहीतरी संकट येणार, असं होनारथाला वाटू लागलं. पण काही पट्टेवाले पुढे आले. त्यांनी होनारथाच्या थरथरत्या हातांना धरून किनाऱ्यावर आणलं.

त्याला राजेशाही पोशाख चढवला आणि पुन्हा एकदा गर्जना केली, ''भाग्योदय महाराज की जय!''

रावणाच्या लंकेतच दुसरं एक लहान राज्य होतं. तिथला राजा नुकताच निवर्तला होता. दुसरा राजा नेमल्याशिवाय मृत राजाचे अंत्यसंस्कार करायाचे नाहीत, असा तिथे रिवाज होता. नवा राजा जो नेमावयाचा, तो त्याच्या भाग्योदयानेच यावा, असं ठरलं, म्हणून दुसऱ्या दिवशी सूर्योदयाबरोबर जो माणूस समुद्रकिनाऱ्यावर प्रथम आलेला दिसेल, त्यालाच विचार न करता नेमून टाकायचं, असं ठरलं होतं. तसेच त्याला 'भाग्योदय' नाव द्यायचं, असंही ठरलं.

होनारथाने ह्या सगळ्या गडबडीचा अर्थ त्यातला जो मुख्य सरदार होता, त्याला विचारला. तेव्हा तिथे काय झालेलं आहे, ते सर्व काही त्याला कळलं. होनारथाला तिथेच एका उच्च आसनावर बसवण्यात आलं आणि नंतर रथातून त्याला राजधानीकडे मिरवत नेण्यात आलं.

तिकडे रावणाची मुलगी आता मोठी झाली होती. दिसायला ती सुस्वरूप होती. तिचं नाव 'पदारथा.' त्या पदारथेला अनुरूप वर मिळावा म्हणून खटपट चालली होती. शेवटी रावणाने पदारथेचं स्वयंवर करायचं ठरवलं. नवीन राज्यात भाग्योदय राजा नेमल्यालाही आता वर्ष झालं होतं. तो पराक्रमी आणि सुस्वरूप असल्याचं रावणाच्या कानावर आलं होतंच. पदारथेच्या स्वयंवराला अनेक राजपुत्रांना निमंत्रणं होती. तसंच या

भाग्योदयाला म्हणजे पूर्वीच्या होनारथालाही निमंत्रण होतंच.

स्वयंवर मंडप शृंगारून सुशोभित केला होता. जिकडे-तिकडे पुष्पहार टांगले होते. अधूनमधून पुष्पगुच्छ ठेवले होते. दिव्यांचा लखलखाट होता. राजपुत्र आपापल्या आसनांवर विराजमान झाले. निरनिराळे देवही ह्या सभेला रावणकन्येचे थाटामाटाचे स्वयंवर म्हणून पाहण्यासाठी हजर होते.

पदारथा हातात वरमाला घेऊन आणि मागे तिची दासी अशा दोघी मंडपातून हिंडत होत्या. दासी एकेका राजपुत्राची माहिती देत होती. दासी भाग्योदयाजवळ आली आणि त्याचं रूप पाहून पदारथा आधीच मोहून गेली. त्याचे पराक्रम, कर्तबगारी यांचं वर्णन विशेष म्हणजे तो कसा चमत्काराने नेमला गेला, ती हकिकत दासीने सांगितल्याबरोबर पदारथेने भाग्योदयाला माळ घातली.

देवांमध्ये ब्रह्मदेवही सभेत होते. भाग्योदयाच्या गळ्यात माळ पडल्याबरोबर तिकडे ब्रह्मदेवाने जोरात टाळी वाजवली आणि तो म्हणाला, ''शेवटी ब्रह्मवाक्य खरं ठरलं.''

रावणाचं तिकडे लक्ष गेलं.

ब्रह्मदेव म्हणाला, ''खुलासा मागाहून करीन.''

समारंभ आटोपल्यावर ब्रह्मदेवाने सटवीने लिहिलेला ललाटलेख खरा करून झाडूवाल्याचा मुलगा जो होनारथ, तो नाव बदलून 'भाग्योदय' कसा झाला, हे रावणाला सांगितलं.

यानंतर होनारथाबाबत त्याच्या आईवडिलांचं भाग्यही उदयाला आलं. त्यामुळे त्यांनाही धन्यता वाटली.

९. बाबू शहाणा झाला !

ही गोष्ट आहे एका छोट्या अस्वलाच्या पिलाची. काळं कुळकुळीत आणि गुबगुबीत होतं ते. बाबू त्याचं नाव. त्याची बहीण बबी. डोंगराळ प्रदेशात एका गुहेमध्ये आपल्या आईजवळ दोघे जण राहत.

बाबू फारच खोडकर होता. बहीण बबी मात्र शांत होती. बाबूच्या खोडकरपणामुळे त्याला आवरताना आईला नकोसं होई. त्याच्या काही ना काही खोड्या सतत चालू असायच्या. आई रागावलेली असतानासुद्धा त्याचे काळे-काळे डोळे मिस्किलपणे चमकत असत. याला काहीतरी अद्दल घडल्याखेरीज हा वठणीवर येणार नाही, असं आईला वाटे.

त्यांची आई त्यांना गुहेत ठेवून रात्री बाहेर शिकारीला जाई. दोन्ही छोटी-छोटी भावंडं आत खेळत-बागडत असत. पण ती जशी मोठी होऊ लागली, तसं त्यांना जास्त समजू लागलं आणि आपणही बाहेरच्या गमती पाहायला जावं, असं वाटू लागलं. आईच्या पाठोपाठ ती दोघं बाहेर गुहेच्या तोंडापर्यंत येत. पण आईने जरासं दटावलं की, परत फिरत.

छोटा बाबू म्हणे, ''आई गं, आम्हीही येतो शिकारीला!''

पण आई त्याला गुहेत ढकली. रानात असलेली भयंकर संकटं तिच्या डोळ्यांसमोर दिसू लागत. ती बहीण-भावंडं सुरक्षित बसली आहेत, अशी खात्री करूनच ती शिकारीला बाहेर पडे. रात्रभर शिकारीसाठी हिंडून दमल्यामुळे ती दिवसा गुहेत झोपून राही. पण एखादे दिवशी ती जागी असे, तेव्हा मात्र आपल्या पिलांना रानातल्या गमती आणि गुहेबाहेरच्या जगाची माहिती सांगे.

त्यांची आई अशा गोष्टी सांगू लागली की, पिलं त्या मन लावून ऐकत.

'रानात कसे निरनिराळे प्राणी असतात, त्यांचं कसं भांडण आणि मारामाऱ्या चालतात,' हेही तिने त्यांना सांगितलं.

'वाघोबा हा आपला शत्रू आहे आणि त्याच्यापासून सावध राहिलं पाहिजे.' असं तिने पिलांना बजावून सांगितलं होतं.

'त्याने लाडीगोडी दाखवली, तरी त्याच्याकडे जायचं नाही, त्याच्यावर विश्वास ठेवायचा नाही,' अशी तिने त्यांना ताकीद देऊन ठेवली होती.

पिलं आता तीन-चार महिन्यांची झाली होती.

एकदा रात्रीच्या वेळेला पिलांची आई बाहेर पडण्यापूर्वी त्यांना म्हणाली, ''बाळांनो, हे पहा, आज मी एका फळबागेत जाणार आहे. संत्री, मोसंबी अगदी पिकून तयार झालेली आहेत. तिथली फळं मी आज घेऊन येणार आहे. तुम्हाला आवडतात ना ती?''

हे ऐकल्याबरोबर पिलं नाचत सुटली. त्यांना ब्रह्मानंद झाला. संत्री, मोसंबी म्हणजे त्यांची मेजवानी!

जाताना पुन्हा एकदा ''गुहेबाहेर डोकावू नका, हं!'' असं त्यांना बजावून ती बाहेर पडली.

ती म्हणाली, ''बाळांनो, आज कुठंतरी आसपास वाघोबा डरकाळ्या मारत आहे. दुपारी आवाज येत होता!'' असं म्हणून तिने त्यांना एकदा प्रेमाने चाटलं आणि ती बाहेर पडली.

त्या रात्री बाहेर पिठासारखं टिप्पूर चांदणं पडलं होतं. बाहेरची हवाही सुंदर होती. बाबू आणि बबी गुहेमध्ये नाचत-बागडत होती. आत आईने ठेवलेली काही फळं त्यांनी खाल्ली आणि इकडे-तिकडे उड्या मारू लागली. बबी जरा झोपाळू असल्यामुळे थोड्याच वेळात जांभया देऊ लागली. एखाद्या कुत्र्याप्रमाणे वाटोळी-वाटोळी फिरत, शेवटी ती जमिनीवर आडवी झाली आणि कुत्रीसारखी उताणीपाताणी होऊन थोड्याच वेळात गाढ झोपी गेली.

बाबूला मात्र झोप येईना. खरं म्हणजे त्याला कंटाळा आलेला होता. गुहेत त्याला खेळण्यासारखं असं काहीच नव्हतं. तिथला उग्र वास त्याला कंटाळवाणा झाला नव्हता. पण तो गुहेच्या बाहेर पडण्यासाठी उतावळा झाला होता. त्याने बाहेर डोकावून पाहिलं. इकडे-तिकडे मान वळवून त्याने हुंगून पाहिलं.

'जरा बाहेर जाऊन पाय मोकळे केले, तर काय होईल मोठेसे? आईला काय कळणार आहे?'

बबीची झोप त्याला माहीत होती.

'आपण बाहेर जाऊन येईपर्यंत ती उठणं शक्य नाही.'

त्याने आपल्या गुहेच्या बाहेर टुणकन उडी मारली. बाहेर स्वच्छ चांदणं दिसत होतं आणि आकाशात काहीतरी गोल-गोल रुपेरी वस्तू दिसत होती. बाबूला मोठी मजा वाटली.

'इतकी मजा जर बाहेर आहे, तर आई घाबरते कशाला एवढी! बाहेर भिण्यासारखं काहीच नाही. आम्हाला मात्र आई बाहेर पडू देत नाही.'

मधूनमधून पक्ष्यांचा 'चिर्र चिर्र' असा आवाज येत होता. काही झाडांवर वानरं 'हुप हुप' करत होती. एखादं घुबड खोल आवाजात कुठेतरी ओरडत होतं. तरी बाबू मात्र खुशीत होता.

पण तेवढ्यात बाबूच्या मागच्या बाजूने एकाएकी कसलातरी 'घुर्रऽऽ' असा आवाज आला.

'वाघोबाच्या आवाजासारखाच आवाज! अगदी आईने सांगितला तसलाच आवाज!'

बाबूने हवेत एकदम तीन फूट उडी मारली. थोड्याच वेळात वाघोबा बाहेर आलेले दिसू लागले. चांदण्यात त्याचे पिवळे पट्टे जास्तच भयानक वाटत होते. बाजूबाजूने मान डोलवत वाघ पुढे चालला होता. आता मात्र बाबूच्या छातीत धडकीच भरली.

मोकळ्यावर उभं राहून वाघोबाने एकदा भोवतालच्या हवेचा वास घेतला. थोड्या वेळाने तो छोट्या बाबूजवळ आला आणि गुरगुरू लागला. आता मात्र बाबूची पाचावर धारण बसली. तिथेच एका झाडाखाली नुकतीच त्या वाघाने एक गाय मारून टाकलेली होती. त्या झाडावर काही शिकारी दबा धरून बसले होते. त्या लोकांच्या तावडीतून

सुटण्यासाठी वाघ तिथून निसटला आणि त्याला बाबू अस्वल दिसलं. बाबू घाबरून जमिनीवर उताणा झाला. त्याने तंगड्या वर केल्या. वाघ आता बाबूजवळ आला. त्याची कातडी धरून त्याने बाबूला तोंडाने उचललं आणि तो चालू लागला.

बाबू आता फारच घाबरला आणि तो मोठमोठ्याने ओरडू लागला. जवळच्याच झाडावर एक वानर होतं. त्याने तो आवाज ऐकला. वानराने फांद्यांमधून हळूच खाली डोकावून पाहिलं. वाघाच्या तावडीत सापडलेल्या बाबूला त्याने पाहिलं. ते वानर त्या अस्वलाच्या गुहेजवळच राहत होतं. आपल्या ओळखीचं पिलू वाघाच्या जबड्यात पाहून ते वानर घाबरून गेलं. पिलाची आई फळबागेत गेली आहे, हे वानराला कळलं होतं. वानराने चपळाई केली आणि उड्या मारत-मारत ते फळबागेत गेलं. तिथे जाऊन वानर मोठ्याने ओरडलं, ''तुझं पिलू वाघाने नेलं.''

हे ऐकताच त्या अस्वलीचे सगळे केस एकदम ताठ उभे राहिले. तिने एक भयंकर आरोळी ठोकली. बखोटीला असलेली सर्व संत्री भराभर टाकून देऊन ती झपाट्याने पुढे निघाली. वानराचं मात्र कामच साधलं. त्याने भराभर संत्री गोळा केली. एका खडकावर ते खुशीत संत्री सोलत बसलं. त्या वानराने संत्री खाण्याचा सपाटा लावला.

बाबूला वाघाने गुहेकडे नेलं आणि तो बाबूशी बागडू लागला. एखाद्या मांजराच्या तडाख्यात उंदीर सापडला म्हणजे ते जसं त्या उदराशी काही वेळ बागडत राहतं, तसं त्या वाघाचं चाललं होतं. बाबूला चेंडूसारखं उंच उडवायचं आणि पुन्हा पंजात पकडायचं. मधूनमधून 'गुर्र गुर्र' असा वाघाचा आवाज चालू होता.

बाबूला वाटलं, 'केवढा मोठा तो वाघाचा जबडा आणि केवढे मोठे दात!'

बाबू घाबरून गेला.

बाबूला आपल्या गुबगुबीत केसाळ आईची आठवण झाली. वाघाचा तो खेळ बाबूला सहन होईना. तो जोरजोराने ओरडू लागला. तेवढ्यात वरच्या बाजूने कुठून तरी एक काळं धूड खाली आलं. आता बाबूला आनंद झाला. कारण ती आपली आईच आहे, हे बाबूने ओळखलं आणि खरोखरीच ती बाबूची आई अस्वली होती. तिला त्या वानराकडून कळल्याबरोबर खटपट, लटपट करत, त्या दुष्ट वाघाला गाठून त्याच्या नेमकी पाठीवरच उडी मारली.

तो वाघ आणि अस्वली यांच्यात अगदी निकराची झटापट झाली. वाघाला आपल्या कवेत घेण्याचा अस्वलीने शिकस्तीचा प्रयत्न केला. पण वाघ जबरदस्त होता, हे अस्वलीच्या लक्षात आलं. पण तेवढ्यात कुठूनतरी बंदुकीचा जोराचा बार झाला. तेव्हा मात्र वाघोबा घाबरले.

'आपल्या पातळीवर असलेले लोक आपल्याला गाठणार.' अशी भीती वाटून वाघोबा एकदम धूम पळत सुटले.

अस्वलीला आयतंच जीवदान मिळालं. तिने बाबूला दातांत पकडलं आणि जंगलातून वाट काढत तिने आपली गुहा गाठली. आत जाऊन तिने बाबूला व्यवस्थित निजवलं आणि त्याच्या अंगावरच्या जखमा भराभर चाटायला सुरुवात केली. बाबूला आता फारच धीर आला होता.

गुहेमध्ये बाबूची छोटीशी बहीण बबी अजून डाराडूर झोपलेली होती. बाबूवर आलेलं मोठं संकट तिला कळलंच नव्हतं. बाबू हळूहळू आपल्या बहिणीकडे - बबीकडे गेला आणि त्याने मुसंडी मारून कुडकुडत निजून राहिलेल्या आपल्या बहिणीला खेटून तोही तिथे आडवा झाला. त्यांची आई आता त्या दोघांनाही आळीपाळीने लाडिकपणाने चाटत होती आणि 'गुर्र गुर्र' असा आवाज करत होती. बाबूचे काळे-काळे डोळे आता हळूहळू पेंगत-पेंगत मिटले आणि मग त्याला झोप लागली. एका मोठ्या संकटातून तो सुटला. पण त्याबरोबरच तो आता अधिक शहाणा झाला.

౷౦౷

१०. गंगा आली भूमंडळी

सगर राजाला शंभर अश्वमेध यज्ञ करावयचे होते. त्यांपैकी नव्याण्णव यज्ञ पुरे झाले होते. आता त्याच्या शंभराव्या यज्ञाची तयारी चाललेली होती. शंभरावा अश्वमेध यज्ञ पूर्ण झाला म्हणजे सगरराजाला इंद्रपद मिळणार! त्यामुळे इंद्रालाही आपलं पद जाणार, अशी चिंता वाटू लागली!

सगराच्या अश्वमेधाचा घोडा राज्याराज्यांतून हिंडत होता. तो कोणाही राजाने न जिंकून निर्विघ्नपणे परत आला म्हणजे आपण अजिंक्य ! या शंभराव्या यज्ञाची बातमी नारदमुनींनी देवेंद्राच्या कानांवर घातली होती. या यज्ञात काहीतरी विघ्न आणण्याच्या योजनेत इंद्र होता.

अश्वमेधाच्या घोड्याला पकडून सगरपुत्रांना तो मिळणारच नाही, अशा ठिकाणी न्यायला देवेंद्राने आपल्या लोकांना पाठवलं. कपिलमुनींच्या आश्रमात त्यांच्या नकळत तो घोडा नेऊन बांधावा, असं ठरवलं. त्याप्रमाणे इंद्राच्या लोकांनी अश्वमेधाचा घोडा पकडला आणि कपिलमुनी ध्यानस्थ असताना त्यांच्या आश्रमाच्या मागे नेऊन बांधला. सगराचे साठ हजार पुत्र घोड्याच्या शोधात होते.

'घोड्याला पकडून कोणी विवरात नेऊन ठेवलं असेल, असं त्यांना वाटलं. त्यासाठी त्यांनी मोठमोठे खड्डे खणले आणि त्यांचे समुद्र बनले. अत्यंत परिश्रम घेतल्यानंतर त्यांना कपिलमुनींच्या आश्रमाच्या मागे आपला घोडा बांधून ठेवलेला आढळला. अश्वमेधाचा घोडा इथे बांधून ठेवायला कोण आलं, याचं त्यांना आश्चर्य वाटलं.

आश्रमात पाहतात तो कपिलमुनी तिथे ध्यानस्थ बसलेले त्यांना दिसले. सगराचे हे साठ हजार पुत्र अविचारी होते.

त्यांना वाटले, 'या मुनीनेच आपला हा अश्वमेधाचा घोडा इथे आणून बांधून ठेवला आहे.'

तेव्हा ते सगरपुत्र कपिलमुनींना हवे तसे अपशब्द बोलू लागले आणि उद्धटपणे ओरडू लागले, ''अरे जोगड्या, इथे डोळे मिटून ध्यान लावण्याचं सोंग करून बसला आहेस! तुला हा आमचा अश्वमेधाचा घोडा कशाला हवा आहे?''

त्या सगळ्याच सगरपुत्रांनी कपिलमुनींवर चांगलंच तोंडसुख घेतलं. त्यांच्या त्या

आरडाओरडीमुळे कपिलमुनींच्या समाधीचा भंग झाला. त्यांनी डोळे उघडून संतप्त नजरेने त्या साठ हजार सगरपुत्रांच्या दंगलीकडे पाहिलं. त्यांच्या डोळ्यांतून जळजळीत आग बाहेर पडते आहे की काय, असं वाटत होतं.

ते संतापाने म्हणाले, ''कोण आहात तुम्ही? इथे येऊन शांतता भंग करून माझी समाधी मोडलीत! वाटेल तशा शिव्या देऊन धिंगाणा चालवला आहे! आत्ताच्या आता सर्व जण इथे राखरांगोळी होऊन पडाल!''

आणि त्या तेजस्वी मुनीच्या शापाने आणि त्याच्या डोळ्यांतून बाहेर पडणाऱ्या क्रोधाग्नीने ते साठ हजार सगरपुत्र राख होऊन पडले.

अश्वमेधाचा घोडा परत आल्याशिवाय यज्ञ पुरा होणार नव्हता. कित्येक वर्षं गेली तरी घोडा कुठे अडकून पडला आहे, हे सगर राजाला कळेना. शेवटी सगराचा दुसरा पुत्र अंशुमान म्हणजे त्या साठ हजार पुत्रांचा सावत्र भाऊ घोड्याचा शोध करण्यासाठी निघाला. दीर्घ प्रयत्नांनंतर अंशुमानला तो घोडा कपिलमुनींच्या आश्रमात बांधलेला आढळला.

आश्रमात कपिलमुनी ध्यानस्थ बसलेले होते. त्यांच्यापुढे अंशुमान हात जोडून उभा राहिला.

बऱ्याच वेळाने कपिलमुनींनी डोळे उघडले. तेव्हा अंशुमानाने त्यांना विचारलं, ''हा आमचा - म्हणजे सगरराजाचा अश्वमेधाचा घोडा आहे. हा इकडे कसा आला? आणि माझे साठ हजार सावत्र भाऊ इकडे घोड्याच्या शोधार्थ आले होते का? मी सगरपुत्र अंशुमान आहे आणि तो घोडा नेण्यासाठी आलो आहे.''

कपिलमुनी म्हणाले, ''बरं केलंस बाबा, हा घोडा नेण्यासाठीच ते साठ हजार जण इथे आले असावेत. हा घोडा इथे कोणी आणून बांधला, ते मलाही माहीत नाही. पण तो मीच इथे आणून बांधला, या समजुतीने ते उद्धट मुलगे मला हव्या तशा शिव्या देऊ लागले. माझा समाधीभंग झाला आणि त्यांचा ओरडा सहनशक्तीबाहेर जाऊन माझ्या तोंडून शापवाणी बाहेर पडली आणि त्या सर्वांची जळून राख होऊन इथे पडली आहे.''

अंशुमान म्हणाला, ''अरेरे, मुनीमहाराज, हे फार वाईट झालं! पण महाराज, आता या माझ्या भावांना गती मिळणं कठीण आहे. मी आता घोडा घेऊन जातो. पण या माझ्या मृत भावांना गती मिळण्याचा काही मार्ग आहे का?''

कपिलमुनी म्हणाले, ''आहे, मार्ग आहे; पण तो अतिकठीण आहे. स्वर्गीय गंगा खाली येऊन यांना स्पर्श करील, तरच यांचा उद्धार होईल!''

हे ऐकून अंशुमानला फार वाईट वाटलं. पण त्या आपल्या मृत भावांच्या उद्धाराचा मार्ग आहे, हे ऐकून बरंही वाटलं. मुनीमहाराजांना पुन्हा एकदा वंदन करून आणि अश्वमेधाचा घोडा घेऊन अंशुमान सगराकडे परत गेला. सगळी हकिकत ऐकून सगरराजा फार दु:खी झाला.

गंगेला पृथ्वीवर आणण्यासाठी अंशुमानने प्रयत्न केले, पण ते अपुरे पडले. शेवटी तिसऱ्या पिढीतल्या भगिरथाने त्यासाठी महान तपश्चर्या सुरू केली.

त्याच्या घोर तपश्चर्येला यश येऊन स्वर्गीय गंगा प्रसन्न झाली आणि ती म्हणाली, ''मी तुझ्या या घोर तपश्चर्येने प्रसन्न झाले आहे आणि पृथ्वीवर येण्यासाठी तयार आहे. पण माझा प्रवाह अति वेगवान असल्याने पृथ्वीची शकलं पाडून तो पाताळात निघून जाईल आणि तुझं कार्य होणार नाही.''

त्यावर भगिरथ म्हणाला, ''गंगामाते, तर मग त्यासाठी काही उपायच नाही का?

माझ्या पितरांचा उद्धारच होणार नाही का?''

गंगा म्हणाली, ''आहे, त्यालाही उपाय आहे. माझा हा वेगवान प्रवाह देवाधिदेव श्रीशंकर यांनी आपल्या जटांमध्ये धारण केला, तरच तिथून मी मंदगतीने बाहेर पडेन आणि मगच तुझ्या पितरांच्या राखेला स्पर्श करून पृथ्वीवरून वाहत जाईन.''

भगिरथ म्हणाला, ''ठीक आहे. गंगामाते, तर मग मी आता त्याच उद्योगाला लागतो,'' असं गंगामाईला वंदन करून भगिरथ श्रीशंकराच्या घोर तपश्चर्येला लागला. त्याचं फळ त्याला लवकरच मिळालं. 'आशुतोष' या नावाप्रमाणे श्रीशंकर लवकरच प्रसन्न झाले.

श्रीशंकरांनी भगिरथाचं म्हणणं मान्य केलं. गंगेचा तो अतिवेगवान प्रवाह श्रीशंकरांनी आपल्या जटांमध्ये सहज झेलून धरला आणि तो भगिरथाच्या इच्छेप्रमाणे भूतलावर सोडून दिला. त्यावरून श्रीशंकरांना 'गंगाधर' असं नाव पडलं.

सगराचा नातू भगिरथाच्या दीर्घ प्रयत्नाने स्वर्गीय गंगा पृथ्वीवर आली. त्यामुळे त्याच्या पितरांचा उद्धार झाला. त्या निमित्ताने सगळ्या भारताला गंगामातेने पावन केलं. त्यामुळेच गंगानदीला 'भागीरथी' आणि अशा प्रकारच्या प्रदीर्घ प्रयत्नांना 'भगिरथ प्रयत्न' अशी नावं पडली.

गंगा आली भूमंडळी,
पावन झाली भारतकुळी।

७४७

११. मोठा कोण?

एकदा ब्रह्मा, विष्णू आणि महेश या तिघांमध्ये वाद सुरू झाला. वादाचा विषय होता, आपल्या तिघांत सर्वात मोठा कोण?

प्रत्येक जण म्हणे, 'मी सर्वांत मोठा.'

ब्रह्मदेव म्हणाला, ''मी सृष्टीचा उत्पत्तीकर्ता आहे. माझ्यामुळेच सृष्टीची निर्मिती झाली आहे. सृष्टी उत्पन्नच झाली नसती, तर मोठा कोण हे ठरवण्याचा प्रश्नच आला नसता.''

त्यावर विष्णू म्हणाला, ''सृष्टी जरी उत्पन्न झाली, तरी तिचं पालनपोषण करणं, व्यवस्थितपणे तिचा योगक्षेम चालवणं ही कामगिरी माझ्याकडेच आहे म्हणजे सृष्टीचं अस्तित्वच माझ्याकडे आहे, तेव्हा खरा मोठेपणा माझ्याकडेच येतो.''

शंकर म्हणाला, ''ते ठीक आहे. पण जर माझ्या मनात आलं, तर जलप्रलय करून सगळ्या जगाचा संहार मी क्षणात करून टाकीन आणि तुमचा मोठेपणा फोल ठरवून मी

सर्वांत मोठा आहे, हेच सिद्ध करून देईन. मीच सर्वात श्रेष्ठ असल्यामुळे मला 'महादेव' म्हणतात. पण तसं कशाला? आपण आता असं करू या. मी तुम्हालाच आत्ता इतका मोठा होऊन दाखवतो की, तुम्ही दोघं मला पायापासून डोक्यापर्यंत पाहूच शकणार नाही.''

ती गोष्ट विष्णू आणि ब्रह्मदेव यांनी कबूल केली.

ठरल्याप्रमाणे शंकर शरीराने इतका मोठा होत गेला की, त्याचे पाय आणि डोकं हळूहळू दिसेनासे झाले. दोघांनीही त्याचं शरीर पाहायला सुरुवात केली. प्रथम शंकर डोक्याकडून किती उंच गेला आहे, ते ब्रह्मदेव पाहू लागला. पण त्याला शंकराचा खांद्यापर्यंतचाच भाग दिसत होता. त्याच्यावरच्या भागाला नजरच पोहोचत नव्हती. डोकं आणखी किती उंच गेलं होतं, ते ब्रह्मदेवाला कळलं नाही. विष्णूने शंकराच्या पायाकडचा भाग पाहिला. पण त्यालाही शंकराच्या गुडघ्याखालील भाग किती खाली गेला आहे, हे दिसेना. शेवटी दोघांनाही शरीर पूर्णपणे दिसू शकलं नाही आणि शंकरच अवाढव्य आहे, असं कबूल करण्याची दोघांच्यावर पाळी आली.

यावर काय उपाय करावा? शंकराचं आपल्याला शरीर आपणास पूर्णपणे दिसलं नाही, हे कबूल करणं म्हणजे तोच सर्वांत मोठा, हे कबूल करण्यासारखं आहे. मग दोघांनीही फिरत असताना एक युक्ती काढली. दोघांनीही यासाठी आपापले साक्षीदार घेण्याचं ठरवलं. दोन साक्षीदारांना त्यांनी पटवलं. त्यांना वाटेत एक गाय भेटली.

तिला ब्रह्मदेव म्हणाला, ''गोमाते, तुला सगळं जग देवता समजतं, तेव्हा तू आमची एक कामगिरी कर. शंकराने मोठं रूप धारण केलं, तेव्हा मी त्याला अगदी डोक्यापर्यंत पाहिलं आहे, अशी तू माझ्या वतीने साक्ष दे.''

एक काम झालं! आता शंकराची पायाकडची बाजू पूर्णपणे पाहिली, हेही विष्णूकडून कळलं पाहिजे! तेव्हा ते दोघं तसेच पुढे चालले असता, बाजूला एक केवड्याचं वन दिसलं.

तिथे ते थांबले आणि विष्णूला वाटलं आपण आता एका वनस्पतीची म्हणजे केवड्याची साक्ष घेऊ.

विष्णू केवड्याला म्हणाला, ''केवड्या, तू सर्व देवांना प्रिय असतोस. तू आमचं काम कर. मी शंकराला पायाकडून पूर्णपणे पाहिलं आहे, अशी शंकराजवळ साक्ष दे.''

केवड्याने ती गोष्ट ताबडतोब कबूल केली. अशा प्रकारे गाय आणि केवडा दोघंही साक्षीदार, खोट्या साक्षी द्यायला तयार झाले.

ब्रह्मदेव आणि विष्णू दोघंही आपापले साक्षीदार घेऊन शंकराकडे गेले आणि म्हणाले, ''आम्ही तुम्हाला पूर्णपणे पाहिलं आहे आणि याचा खरेपणा सिद्ध करण्यासाठी आम्ही साक्षीदारही आणले आहेत.''

शंकराने गाय आणि केवडा या दोघा साक्षीदारांना पाहिलं आणि अंतर्ज्ञानाने त्यांच्या लक्षात आलं की, हे दोघं खोटी साक्ष देण्यासाठी इथे आले आहेत.

शंकराला याचा राग आला आणि त्याने गाईला शाप दिला, ''गोमाते, तुला सगळे लोक पवित्र समजतात. पण तू या वेळी खोटी साक्ष देण्याचं वाईट काम केलं आहेस. पण मी तुला असा शाप देतो की, तू यापुढं अपवित्र होशील.''

पण आपल्यामुळे गाईला शिक्षा भोगावी लागतेय, हे बघून ब्रह्मदेवाने शंकराजवळ उ:शाप मागितला, तेव्हा शंकराने दयाळूपणाने सांगितलं, ''गाई, तू फक्त तोंडाने दुष्कर्म केल्यामुळे तू तोंडानेच अपवित्र राहशील.'' आणि तेव्हापासून सगळे लोक गाईला देवासमान, पण तोंडाने अपवित्र मानतात.

यानंतर केवड्यानेही अशीच खोटी साक्ष दिली होती.

त्यालाही शंकराने शाप दिला, ''माझ्या पूजेसाठी यापुढे तुझा कोणीही उपयोग करणार नाही.'' आणि केवळ आपल्यामुळे केवडा शंकराच्या सेवेला अंतरत आहे, हे कळून विष्णूने त्याच्यासाठी शंकराजवळ उ:शाप मागितला, तेव्हा शंकराने दयाळूपणाने सांगितलं, ''माझ्या नित्य पूजनात केवडा घेता येणार नाही. पण हरितालिकेच्या पूजेच्या वेळी मला केवडा अत्यंत प्रिय राहील.''

अशा प्रकारे वादाचा शेवट झाला आणि भगवान शंकर सर्वश्रेष्ठ ठरले.

৪৩৪

१२. यशवंती घोरपड आणि तानाजी

शिवाजी महाराज आग्रा इथून सुटून आले. त्यानंतर दोन-तीन वर्षं झाली. जिजाबाईसाहेब प्रतापगडावर आपल्या वाड्यात बसल्या होत्या. त्यांची नजर ईशान्य दिशेकडे गेली. तर त्यांना कोंढाणा किल्ला दिसला. तो होता मोगलांच्या ताब्यात!

यावेळी शिवाजी महाराज राजगडावर होते. जिजाबाईंनी त्यांना बोलावणं पाठवलं. महाराज आले.

''काय आज्ञा?'' असं विचारू लागले.

जिजाबाई म्हणाल्या, ''शिवबा, मला तुझ्याबरोबर फाश्यांचा डाव खेळायचा आहे.''

शिवाजी महाराज म्हणाले, ''आज्ञा माँसाहेबांची!''

मायलेकात फाश्यांचा डाव सुरू झाला. शिवाजी महाराजांना मनाजोगे दान पडेना. जिजाबाईंनी डाव जिंकला. शिवाजी महाराज हरले.

ते म्हणाले, ''माँसाहेब, तुम्ही आम्हाला जिंकले. काय मागायचे ते मागा.''

जिजाबाई म्हणाल्या, ''मला काही नको. पुण्याजवळचा कोंढाणा किल्ला तेवढा हवा.''

शिवाजी महाराजांनी आपल्या सरदारांना जमवलं. त्यांना कोंढाणा घेण्याचा विचार सांगितला. तानाजी मालुसरे यांनी ही कामगिरी पत्करली. माघाचा महिना होता. तानाजीचा मुलगा रायबा याचं लग्न ठरलं होतं.

तानाजी शिवाजी महाराजांना लग्नाचं आमंत्रण द्यायला आला होता, तेव्हा शेलारमामा म्हणाले, ''रायाचं लग्न चार दिवसात उरकेल. मग कोंढाणा घेऊ.''

पण तानाजी म्हणाला, ''आधी लगीन कोंढाण्याचं, मग करू रायबाचं!''

तानाजीने आपल्या भावाला - सूर्याजी मालुसरे याला एक हजार निवडक मावळे घेऊन कोंढाण्याकडे निघायला सांगितलं. महाराजांच्या आज्ञेप्रमाणे कोंढाणा केव्हा एकदा घेईन, असं तानाजीला झालं होतं. कोंढाणा किल्ल्याची बारीकसारीक माहिती काढण्यासाठी तानाजी कोंढाण्याकडे गेला.

कोंढाणा किल्ला उदयभानू नावाच्या औरंगजेबाच्या एका राजपूत सरदाराच्या

ताब्यात होता. त्याच्यापाशी अठराशे सैनिक होते. शिवाय किल्ल्याच्या पायथ्याशी कोळ्यांचा पहारा होता. तानाजीने कोळ्यांना वश करून घेतलं आणि किल्ल्याची बारीकसारीक माहिती मिळवली.

माघ वद्य नवमीची रात्र होती. तानाजीने पाचशे-पाचशे मावळ्यांच्या दोन टोळ्या केल्या. एक टोळी आपला भाऊ सूर्याजी याच्या ताब्यात दिली.

तानाजी सूर्याजीला म्हणाला, ''तू या सैनिकांना बरोबर घेऊन कल्याण दरवाजाशी ये. मी घोरपडीच्या मदतीने माझ्या बरोबरच्या सैनिकांना घेऊन वर चढतो आणि कल्याण दरवाजा उघडतो.''

तानाजी किल्ल्याभोवती फिरला, नैऋत्य बाजूला एक उभाच्या उभा कडा होता. किल्ल्याच्या या बाजूला फारसा बंदोबस्त नाही, असं कोळ्यांनी तानाजीला सांगितलं.

रात्रीच्या अंधारात तानाजी, शेलारमामा आणि त्यांच्याबरोबरचे सैनिक ते भयंकर जंगल तुडवत डोणागिरी कड्याच्या पायथ्याशी येऊन पोहोचले. तो उंचच उंच उभा कडा चढून जायचं होतं. शेलारमामाने आपल्याबरोबर पेटाऱ्यातून आणलेली घोरपड बाहेर काढली. या घोरपडीच्या मदतीने शिवाजी महाराज, तानाजी मालुसरे, येसाजी कंक यांनी कितीतरी किल्ले चढून जाऊन सर केले होते. असं यश देणाऱ्या या घोरपडीचं नाव 'यशवंती' असं ठेवलं होतं.

शेलारमामाने घोरपडीच्या डोक्यावर शेंदराचा लेप लावला. एक मोत्यांची जाळी तिच्या मस्तकावर बांधली. तिच्या कमरेला एक दोर बांधून तिला नमस्कार केला आणि तिला वर सोडलं. परंतु घोरपडीला त्या दिवशी काय झालं होतं कोण जाणे? ती थोडीशी वर गेली आणि पुन्हा खाली आली. ते पाहून शेलारमामाच्या काळजात चर्रर्र झालं.

तो म्हणाला, ''आजपर्यंत यशवंती कधीच माघारी आली नाही. आज ही माघारी आली, तेव्हा हा अपशकून दिसतो. तानाजी आपण पुन्हा उद्या येऊ.''

पण आजची रात्र संपायच्या आत किल्ला जिंकण्याचं तानाजीने ठरवलं होतं. त्याने संतापाने घोरपडीला लावलेल्या दोराला एक हिसडा मारला.

''यशवंते, आजपर्यंत तुझ्या मदतीवर सत्तावीस किल्ले जिंकून घेतले आणि आज ऐन वेळेला जर तू दगा देऊ लागलीस, तर ते कसं चालेल? आता मी तुला पुन्हा वर सोडतो. हा कडा चढून जा आणि एखाद्या खबदाडीत घट्ट बिलगून बस. जर का पुन्हा परत आलीस, तर या तलवारीने तुझे अठरा तुकडे करीन आणि या सगळ्या लोकांना ते शिळ्या भाकरीबरोबर खायला देईन.''

आपल्या बटबटीत डोळ्यांनी यशवंती तानाजीकडे पाहत होती. त्या मुक्या प्राण्याला तानाजीचं बोलणं जणू समजलं. ती सरसर कड्यावर चढली आणि आपली नखं खडकात पक्की रोवून थांबली. तानाजीने दोर हलवून ओढून पाहिला. यशवंती भक्कम बसली होती. तानाजी पुढे झाला. तो दोरावरून वर चढू लागला.

चढता-चढता तो म्हणाला, ''तुम्ही एकेक माणूस वर चढून या. नाहीतर दोराला भार होईल आणि तो तुटेल.''

वर गेल्यावर तानाजीने कड्याच्या टोकावर मेखा ठोकल्या. मेखांना बांधून दोर खाली सोडले. दोरांच्या शिड्या सोडल्या. त्याबरोबर खालचं सैन्य भराभर वर आलं. तीनशे मावळे वर चढले.

इतक्यात पहारेकऱ्यांना सुगावा लागला. त्यांनी मशाली पेटवल्या. राजपूत आणि पठाण सैनिक धावून आले. मावळे सैनिकांची आणि त्यांची लढाई जुंपली. काही मावळ्यांनी गडबडीने जाऊन कल्याण दरवाजा उघडला. त्याबरोबर सूर्याजी आणि त्याच्याबरोबरचं सैन्य किल्ल्यावर आलं.

कोंढाण्याचा किल्लेदार उदयभानू आणि तानाजी यांची गाठ पडली. तलवारींची खणाखणी सुरू झाली. दोघांच्या अंगातून रक्ताच्या धारा वाहू लागल्या. कोणीच कोणाला हार जाईना. अखेर तानाजीचा वार उदयभानूला आणि उदयभानूचा वार तानाजीला वर्मी लागून दोघेही खाली पडले आणि मरण पावले.

तानाजी पडल्याचे समजताच मावळ्यांचा धीर खचला आणि ते पळू लागले, तेव्हा सूर्याजी म्हणाला, ''तुमचा सेनापती इथं मरून पडला असता, शत्रूवर सूड उगवण्याचं सोडून पळता कुठं? आणि कड्यावरून उड्या टाकून काय मरणार? दोर तर मी केव्हाच कापून टाकलेत.''

सूर्याजीच्या बोलण्याने मावळ्यांना चेव आला. ते शत्रूवर तुटून पडले. शत्रूचे काही सैनिक मेले. काहींनी तटावरून उड्या टाकल्या. काही सूर्याजीला शरण आले. पहाटे किल्ला सर झाला.

किल्ला जिंकल्याची बातमी शिवाजी महाराजांना कळावी म्हणून सूर्याजीने एका गवताच्या गंजीला आग लावली, ते पाहून शिवाजी महाराजांना किल्ला सर झाल्याचं समजलं.

किल्ला जिंकताना तानाजी लढाईत पडल्याचं शिवाजी महाराजांना समजलं, तेव्हा त्यांच्या तोंडून शब्द बाहेर पडले, ''गड आला, पण माझा सिंह गेला.''

৪০৪০

१३. अण्णा खाजगीवाले

थोरले माधवराव पेशवे यांच्या काळातली ही गोष्ट. पेशव्यांच्या पदरी अण्णा खाजगीवाले नावाचे एक सरदार होते. त्यांना भूक फार लवकर लागत असे. त्यांचा आहारही चांगला भरपूर असे. रोज सकाळी ते भरपूर व्यायाम करत. त्यानंतर शेर-दीडशेर पोहे दुधात कालवून खाण्याचा त्यांचा नियम होता. दुपारचं जेवणही त्यांना भरपूर लागत असे. सकाळचे दूधपोहे आणि दुपारचं जेवण यांना थोडासुद्धा उशीर झालेला त्यांना सहन होत नसे.

माधवराव पेशव्यांच्या कानावर अण्णा खाजगीवाल्यांच्या भुकेची आणि आहाराची ही गोष्ट गेली.

त्यांना वाटलं, 'आपण एकदा अण्णांची गंमत करू.'

एके दिवशी उजाडताच पेशव्यांनी अण्णा खाजगीवाल्यांना निरोप पाठवला, ''असाल तसे लगेच या.''

अजून अण्णांनी दुधपोहे खाल्लेले नव्हते. पण पेशव्यांचा निरोप आल्याने न्याहारी न करता अण्णांना पेशव्यांकडे जावं लागलं. अण्णा पेशव्यांकडे गेले. तिथलं काम बराच वेळ लांबलं. खूप उशीर झाला. अखेर काम संपलं.

माधवराव दिवाणखान्यातून निघाले. त्याबरोबर अण्णांनी घरी जाण्याची परवानगी मागितली, तेव्हा माधवराव म्हणाले, ''आता घरी कशाला जाता? माझ्या पंक्तीला जेवायला थांबा.'' अण्णांना थांबावंच लागलं.

अखेर जेवणाची वेळ झाली. पेशव्यांबरोबर जेवायला निवडक सरदारमंडळी बोलावलेली दिसली. पानं मांडली. मंडळी जेवायला बसली. पानात तर सुरुवातीचे पदार्थ थोडे-थोडे वाढलेले. वाढपी पहिला भात वाढायला आला. अण्णांची भूक आणि राग दोन्हीही वाढत चालला. आपण पेशव्यांच्या पंक्तीला बसलो आहोत, याचं भान अण्णांना राहिलं नाही. वाढप्याने थोडा भात वाढताच अण्णांनी त्याच्या हातातली सारीच परात आपल्या पानात वाढून घेतली. ते पाहून भोवताली हशा पिकला, नंतर मात्र पेशव्यांनी अण्णांना आग्रहाने भरपूर पदार्थ वाढवले.

भूक शांत झाल्यावर अण्णा म्हणाले, ''माझा आहार मोठा आहे आणि मला भूक लवकर लागते, हे खरं. पण माझी ताकदही तशीच आहे,'' असं म्हणत अण्णांनी पाणी पिण्यासाठी ठेवलेलं चांदीचं जाडंजुडं फुलपात्र डाव्या हातात उचललं आणि हात मिटला

तर त्या फुलपात्राची दामटी वळली. चांदीच्या जाडजूड फुलपात्राची एका क्षणात दामटी वळलेली पाहून सारे सरदार अण्णांकडे टकमक पाहू लागले. पेशव्यांना आपल्या पदरी असलेल्या अण्णांची ताकद पाहून धन्यता वाटली.

एकदा निजामाने एक भारी, ऐटदार घोडा पुण्याला पेशव्यांकडे पाठवला. या बेफाम घोड्यावर कोण स्वार होणार? याचा पेशव्यांना प्रश्न पडला. पेशव्यांना अण्णासाहेब खाजगीवाल्यांची आठवण झाली. ते घोड्यावर बसण्यात तरबेज होते. अण्णांनी तो मस्तवाल घोडा पाहिला. ते लांबून धावत येऊन आणि उडी घेऊन एकदम घोड्यावर स्वार झाले. त्यांची मांड पक्की होती.

आपल्यावर स्वार बसलेला पाहताच घोडा खवळला. त्याने आपले पुढचे पाय उचलले आणि अण्णांना खाली पाडण्याचा प्रयत्न केला. पण अण्णा होते सराईत घोडेस्वार! त्यांनी एका हाताने लगाम धरला आणि दुसऱ्या हाताने घोड्याच्या थोबाडावर असा तडाखा दिला की, घोड्याला आपल्या आईचं दूध आठवलं! घोड्याने वर केलेले पुढचे पाय जमिनीवर टेकवले.

अण्णा खाजगीवाल्यांनी त्या मस्तवाल घोड्याची रग पुरती जिरवली. अण्णांनी त्याला चांगला आठ-दहा मैल पळवून आणलं आणि त्याचा घाम काढला. अण्णाही घामाने निथळत होते. परत आल्यावर त्यांनी घोड्यावरून खाली उडी टाकली आणि लगाम मोतद्दाराकडे दिला. घोडा धाडकन जमिनीवर कोसळला आणि उरी फुटून ते भारी जनावर मेलं.

ती हकीगत ऐकून निजामाची खात्री झाली की, पुण्याचे स्वार जबर आहेत. त्यांच्यापुढे आपली मात्रा चालणार नाही.

घोडा मेला. निजाम नरमला. त्या घोड्याने निजामाला धडा शिकवला, 'थोरांशी वैर करू नये. दुसऱ्यांचं पाणी जोखायला आपल्याजवळचं पाणीदार जनावर गमावून बसू नये.'

१४. माळ्यावरचं भूत

लढाई कुठेच नव्हती, म्हणून एक सैनिक रजा घेऊन आपल्या गावी निघाला. गावी जायला प्रथम आगगाडीच्या एका अगदी छोट्याशा स्टेशनवर त्याला उतरावे लागे. तिथून पुढे एस. टी. ने प्रवास करावा लागे.

सैनिक आगगाडीतून संध्याकाळी त्या छोट्याशा स्टेशनवर उतरला. केवळ गवताच्या व्यापारासाठी केलेलं मालगाडीचं आणि पॅसेंजरचं स्टेशन ते! स्टेशनवर नि आसपास चिटपाखरूही नव्हतं. स्टेशनचं गावसुद्धा स्टेशनजवळ वसलेलं नव्हतं. ते होतं दूर, मैलभर आत.

नाही म्हणायला स्टेशनाजवळ एक सोय मात्र होती. वेळी-अवेळी, अपरात्री येणाऱ्या प्रवाशांच्या चहा, जेवण आणि रात्रीच्या मुक्कामासाठी एक विश्रांतीगृह होतं. एका नाल्याजवळ, पडीक एकवस जागी एका जुनाट घरात एकाने थाटलं होतं ते. विजेचे दिवे तर नव्हतेच.

तिन्हीसांजेची भयाण वेळ. सर्वत्र सामसूम. झरझर अंधारत होते. सैनिक विश्रांतिगृहात गेला. गरम-गरम चहा घेताच बरं वाटलं त्याला.

मालकाने विचारलं, ''मुक्काम करनार? ज्येवन बनवतो. पर हां, माज्या इथं दोनच खोल्या हायेत. तिथं रातीच दोन मानसं आलीत. तिसरी खोली बी हाय तशी. पन म्हंजी...''

सैनिकाने विचारलं, ''पन म्हंजी काय? काय आहे त्यात? उंदीर आहेत? घुशी? मांजरं? की सापाचं बीळ आहे एखादं?''

मालक म्हणाला, ''आवो त्येना कोन भितं? पर मामला नाजुक हाया ! कोनी तिथं ऱ्हायलंच तर अर्ध्या राती त्याच्या तोंडात बोळा ! हातपाय खाटेला बांधल्याले ! अन् मानूस पार लुटल्या जातो बगा... खोलीभर समदं फलफाक केलेलं असतं पार !''

सैनिकाने आश्चर्याने विचारलं, ''असं आहे काय त्या खोलीत? एखादा चोर दडून बसलाय?''

मालक म्हणाला, ''आवो एकच चोर रोज दडून बसंल? इच्चार करा. आमी पकडू न्हवं? समदी म्हनत्यात की, भूत हाय... राती माळ्यावरून खोलीत शिरतं.

काळं-काळं हाय. दात बी मोठाले! आपलं काम करून लगीच पशार होतं बघा. म्हनून म्हंतो, या ओसरीत जागा करून देतो. कसं?''

सैनिक मोठ्यांदा हसत म्हणाला, ''हॅत्तेच्या, असली भुतं लढाईवर खूप पाहिलीत. तिथं डोंगरात, दऱ्यात, किर्र जंगलात आम्ही छावण्या घालतो. गुहेत, झाडावर, झाडाच्या ढोलीत, पडक्या घरात काळोख्या रात्री लपतो. मला पाहून भुतं येतच नाहीत. मला ती भुताची खोलीच द्या.''

मालक म्हणला, ''छ्याऽ छ्याऽऽ. आवो या घरचा मालकच भूत झालाय. त्याच्या पुतन्यानं त्याच्या तोंडात बोळा कोंबून त्याचा गळा दाबला म्हनून. भांडान व्हतं दोघांचं!''

तगडा सैनिक दंड थोपटत म्हणाला, ''मग मी थांबवतो ते भांडण. भूत मुक्त होईल.''

मालकाने नाइलाजाने खोली साफसूफ केली. शक्य तितकी लख्ख केली. धुतलेली चादर, बिगर ढेकणांची खाट, स्वच्छ पांघरुणं, सारं कसं व्यवस्थित होतं. सैनिकाने पाठीची बंदूक स्वच्छ पुसली. पिस्तूल नीट आहे की नाही, ते पाहिलं. त्याचा परवाना तर होताच त्याच्याकडे.

सैनिक मुद्दाम लवकर जेवला. तेदेखील अगदी थोडं. जास्त जेवल्याने सुस्ती आली असती. नेमक्या वेळी झोप आली असती. रात्र-रात्र जागून टेहळणी करायची, स्वत:च्या छावणीवर पहारा करायची सैनिकाला सवय होती. सैनिकाने खोलीत लपून बसायला सोईची जागा शोधली.

जिन्याखालच्या पोकळीत व्यवस्थित लपून बसण्याजोगी उत्तम जागा होती. सैनिकाने खाटेवरच्या बिछान्यावर उशा आणि पांघरुणं रचून झोपलेल्या माणसाची आकृती तयार केली. त्या आकृतीवर पांघरुण म्हणून एक ब्लॅकेट पांघरून ठेवलं. खाटेच्या पायथ्याकडे एका स्टुलावर आपली छोटी ट्रंक अर्धवट उघडून ठेवली.

नंतर सैनिकाने आपल्या खांद्यावर बंदूक नीट अडकवून तयार ठेवली. दुसऱ्या खांद्यावर हवाई छत्रीसारख्या खूप रूंद तोंडाचा लष्करी थैला तोंड मोकळं करून तयार ठेवला. कमरेला पिस्तूल तयार ठेवलं. आगपेटी तर होतीच. अशा तयारीत सैनिक जिन्याच्या पोकळीत ठाकठीक बसला एका स्टुलावर. जराही आवाज नव्हता कुठे. इतकी स्तब्धता की, सैनिकाला आपल्या हृदयाचे ठोकेही स्पष्ट ऐकू येत होते. काळोख तर इतका मिट्ट की, कोळशाचं काळेपण काहीच नाही त्याच्यापुढे.

इकडे विश्रांतिगृहाचा मालकदेखील आपल्या खोलीत जागाच होता. काय होईल,

या विचारात बेचैन होता. अस्वस्थ होत तो मध्येच येरझारा घाली. मध्येच कानोसा घेई. सैनिकाचा वेळ तर जाता जाईना. एकेक मिनिट एकेका तासासारखा वाटे. होता-होता बाराचे टोल पडले. मग साडेबारा, मग एक! सैनिक अधिकच सावधपणे अगदी सरसावून बसला. दोन वाजले, तरी हालचाल नव्हती कसली!

अडीच वाजले आणि पाच-सात मिनिटांनीच जिन्याच्या लाकडी पायऱ्यांवर हलकासा आवाज!

'हळूहळू! हलकेच कोणीतरी पायऱ्या उतरतेय!...'

सैनिकाने जिन्याखालून किंचित मान कलती करून जिन्यावर पाहायचा प्रयत्न केला. पण गडद अंधारात काय दिसणार? काही क्षणांतच भुताच्या पायऱ्या उतरून झाल्यादेखील!

भुताने हातातलं कांडं हळूच पेटवलं. खाटेवरचा माणूस कुठल्या दिशेने कसा झोपलाय, किती गाढ झोपलाय ते नको कळायला? नाहीतर त्याच्या तोंडात बोळा कसा कोंबणार? पेटी अर्धवट उघडी पाहून भूत खुश झालं असावं. त्याने मान हलवली. दोन पावलं पुढे झालं भूत आणि हातातलं कांडं विझणार, इतक्यात...

भुताचं डोकं आणि तोंड सैनिकाच्या थैल्यात झपदिशी गडप झालं! सैनिकाने टांग मारून भुताला खाली पाडलं नि डोक्यावरून कमरेपर्यंत आलेल्या थैल्यात सबंध भरलं! त्याच्या छाताडावर बसून बंदुकीच्या दस्त्याने चार-दोन सणसणीत रट्टे दिले. काळोखात भुताचे पायसुद्धा थैल्यात कोंबून थैल्याचं तोंड गच्च बांधून टाकलं! सारं बळ एकवटून भुताने थैल्यात धिंगामस्ती करायचा प्रयत्न केला; पण त्याचा श्वास कोंडत होता. शिवाय तेवढ्यात बंदुकीच्या दस्त्याचे आणखी दोन-चार दणके अशा जोरात बसले की वा!

सैनिकाने दस्त्याचे तडाखे हाणत तो थैला ओढत-ओढत खोलीबाहेर आणला. बाहेर मिणमिणता कंदिल होता. पण खोलीतल्या काळोखातही भुताला पकडताना सैनिकाला अडचण झाली नव्हती. आवाजाच्या दिशेने काळोखातच चाचपडत काम करायचं शिक्षण त्याने सैन्यात घेतलं होतं.

सैनिकाने मालकाला जोरजोरात हाका मारल्या. दार ठोठावलं. मालक जागाच होता. बाकीचे लोकही जमले. थैल्यात चुळबूळ होताच सैनिक बंदुकीच्या दस्त्याचे असे सणसणीत फटके देई की, भुताची हाडं मोडतच असावीत.

सैनिक म्हणाला, ''हे पहा भूत. थैल्यात बांधलंय. आधी मागच्या नाल्यात बुडवू या त्याला. उचलू लागा हा थैला.''

सर्वांची बोबडी वळली होती. कोणी पुढे व्हायला धजेना.

सैनिक म्हणाला, ''अहो, मी एकट्यानं मिट्ट काळोखात भुताला थैल्यात भरलं. तुम्ही सगळे मिळून दिव्याच्या उजेडात, केवळ बांधलेला थैलापण न्यायला तयार नाही?''

मालक पुढे झाला. त्याने थैल्याचं एक टोक धरलं. तेवढ्यात आत भूत पुन्हा वळवळू लागलं. सैनिकाने बंदुकीच्या दस्त्याने त्याला चांगलंच झोडपलं. मग इतरही पुढे आले. सैनिकाने थैल्याचं तोंड स्वत: धरलं होतं.

नाला त्या पडक्या जुनाट घराच्या पाठीमागेच होता. सैनिकाने थैला खाली ठेवला. बंदुकीच्या दस्त्याने पुन्हा दोन-चार जबरदस्त ठोसे लगावले थैल्यावर. मग थैल्याचं तोंड सोडलं. आत हात घालून भुताला जोरात खेचून बाहेर काढलं! भुताची बरीच हाडं मोडली होती. दस्त्याच्या मारामुळे त्याला धड उभंही राहता येईना. अर्धमेलं झालं होतं ते तर!

सैनिकाने भुताचा मोठाल्या दातांचा मुखवटा सर्रकन खेचला खाली. 'माणूस!' सगळे ओरडले. सैनिकाने भुताच्या थोबाडीत धडाधड अशा लगावल्या की, दातांतून भळाभळा रक्त आलं. भोवळ आली त्याला. लोकांना कळून चुकलं की, ते भूत नसून तो एक अट्टल चोर होता! सगळे त्याला मारायला सरसावले. सैनिकाने सगळ्यांना थांबवलं. ताबडतोब गावात जाऊन पोलीसांना बोलवायला सांगितलं. कोणीतरी सायकलवरून धावले गावात. पहाट व्हायला आली होती.

पोलीसांची जीप ताबडतोब आली. आधिकाऱ्याने चोराची जबानी घेतली. संध्याकाळी सामसुमीचा आणि काळोखाचा फायदा घेऊन तो घराशेजारच्या कडुलिंबावरून छपरावर उतरे. एका बाजूची बरीच कौलं त्याने काढून ठेवली होती. तिथून तो पोटमाळ्यात येई.

मध्यरात्र उलटताच तो हातापायावर लांबलांब काळे मोजे चढवी, चेहऱ्यावर मोठाल्या दातांचा अक्राळविक्राळ मुखवटा चढवी. अंगात बेढब, काळा, लांब झगा घालून दोन ते तीनच्या दरम्यान हलके-हलके जिना उतरी. उत्तररात्रीच्या गाढ झोपेत असलेल्या प्रवाशाच्या तोंडात बोळा कोंबून त्याला खाटेला बांधून ठेवी. औषध हुंगवून बेशुद्ध करी. मग कमरेचा कंदील पेटवून प्रवाशाचे पैसे, किमती चीजवस्तू घेऊन तो पुन्हा पोटमाळ्यावर पळून जाई. चोरीचा माल, कंदील, मुखवटा, मोजे, झगा वगैरे पिशवीत भरून तो छपराच्या भगदाडातून छपरावर येई. कौले जरा मागे-पुढे ठाकठीक जमवून कडुलिंबावरून

तो खाली उतरे. तिथून साळसुदासारखा अंधारातच नाहीसा होई.

विश्रांतिगृहाच्या मालकाला भूत सापडल्याचा आनंद सांगताच येत नव्हता. त्याची भुतामुळे निकामी झालेली खोली अशी मुक्त केल्याबद्दल त्याने सैनिकाला ताबडतोब एकशेएक रुपये इनाम दिले. तिथे जमलेल्या सगळ्यांनी वर्गणी काढून सकाळी त्याचा सत्कारही केला. हारतुरा आणि छोटीशी भेटवस्तू दिली. पोलीस तर सैनिकाला त्याच्या बहादुरीचं खास इनाम देणार होते. कारण ते बरेच दिवस या सराईत अट्टल चोराच्या शोधात होते. त्याने घरफोड्या केल्या होत्या, खूनही केले होते. आता तर चोरीची ही सोईची नवी आरारमशीर युक्ती अमलात आणली होती.

सैनिक मात्र दुपारची एस.टी. पकडण्यासाठी नि घरच्यांना भेटण्यासाठी खूप खूप उतावीळ झाला होता.

४०४०

१५. नाही, मी त्याला देणार नाही!

बुद्ध धर्माचे संस्थापक गौतम बुद्ध. त्यांच्या वडिलांचे नाव राजा शुद्धोधन. कपिलवस्तू ही त्यांच्या राज्याची राजधानी. सिद्धार्थ आपल्या आईवडिलांचा अतिशय आवडता मुलगा. तो मोठा होऊ लागला. राजा शुद्धोधनाने त्याला धनुर्विद्येचं, युद्धकलेचं आणि राज्यकारभाराचं उत्तम शिक्षण दिलं. गौतमाला सर्व बाजूंनी सुखात ठेवण्याचा प्रयत्न राजा करत असे.

गौतम युद्धकलेत निष्णात झाला होता. शस्त्र चालवण्यात आणि नेमबाजीत बरोबरीच्या विद्यार्थ्यांत त्याचा बराच वरचा क्रमांक होता. असं असलं तरी शस्त्राचा वापर करण्यास त्याचं मन तयार होत नसे. इतर राजपुत्र आणि सरदारपुत्र हौसेने शिकारीला जात. पण शिकार म्हटली की, गौतमाच्या अंगावर काटा येत असे आणि त्याचे मन व्याकुळ होत असे. कोणत्याही माणसाला किंवा मुक्या प्राण्याला दु:ख देणं किंवा ठार मारणं त्याच्या स्वभावातच नव्हतं.

केव्हातरी तो इतरांच्या आग्रहाने शिकारीला जात असे. पण तोंडी फेस आलेल्या घोड्याला तो दामटत नसे. ससे, हरणं यांच्यासारख्या गोजिरवाण्या आणि निष्पाप प्राण्यांवर किंवा आकाशातून मोकळेपणाने संचार करणाऱ्या पक्ष्यांवर तो बाण सोडत नसे. क्षत्रियांच्या निरनिराळ्या विद्यांत तो पारंगत होत होता.

'पण एकाने दुसऱ्याचा जीव घेणं यात कसला धर्म?' असा विचार त्याच्या मनात सारखा येत असे.

गौतमाला दु:ख कसं ते ठाऊक नव्हतं. एक दिवस मात्र त्याची ही सुखाची तंद्री भंगली. गौतम आपल्या बागेत बसून सृष्टिसौंदर्य पाहत होता. झाडावर उमललेली फुलं, काही ठिकाणी आलेली फळं, वर दिसणारं निळंभोर आकाश आणि खाली तलावाच्या पाण्यात डोलणाऱ्या लाटा या सर्व सौंदर्याने त्याचं मन वेधून घेतलं होतं. आकाशातून पांढऱ्याशुभ्र हंसांचा एक थवा जणू आपल्या घराकडेच चालला होता. मधूनच त्यांच्या पंखांचा आणि ओरडण्याचा किंचित आवाज येत होता. ते सुंदर दृश्य पाहण्यात गौतम दंग झाला होता.

इतक्यात खालून कोणीतरी नेम धरून एक बाण मारला. तो एका हंसाच्या अंगात

घुसला आणि दु:खाने चीत्कार करत तो हंस जमिनीवर कोसळला. गौतमाजवळच्याच झुडुपात कोसळलेल्या त्या हंसाची तडफड चालू होती. ते पाहून गौतम झटकन पुढे गेला. त्याने त्या हलकेच हंसाला उचललं. त्याच्या शरीरात घुसलेला बाण उपसून काढला. दवबिंदूसारख्या पांढऱ्याशुभ्र दिसणाऱ्या त्या हंसाच्या शरीरावर तांबडं-लाल रक्त ओघळत होतं. घाबरलेल्या हंसाचा देह थरथरत होता. गौतमाने त्याला गोंजारलं. जवळच्याच वनस्पतीचा पाला कुस्करून त्याचा रस जखमेवर लावला आणि कमळाचं थंडगार पान त्याने जखमेवर बांधलं. घाबरलेल्या हंसाच्या अंगावरून त्याने प्रेमाने हात फिरवला, तेव्हा तो हंस हळूहळू सावरू लागला.

या बाणाने हंसाला किती बरं वेदना होत असतील? याची कल्पना करण्यासाठी गौतमाने तो बाण आपल्या मनगटाला टोचून पाहिला.

'पण काळजात घुसलेल्या बाणाच्या वेदना मनगटाला बाण टोचून कशा अनुभवता येणार?' हा विचार गौतमाच्या मनात आला आणि तो अधिकच व्याकुळ झाला.

इतक्यात गौतमाचा चुलतभाऊ देवदत्त तिथे आला आणि म्हणाला, ''हा पक्षी माझ्या बाणाने पडलेला आहे, तेव्हा तो मला दे.''

देवदत्ताच्या बोलण्याने आपलं मरण जवळ आलं आहे, हे जणू लक्षात येऊन त्या हंसाचा देह शहारला. गौतमाच्या ते लक्षात आलं. त्याने हंसाच्या अंगावरून हात फिरवला.

तो देवदत्ताला म्हणाला, ''नाही, हा पक्षी मी तुला देणार नाही.''

''ज्याने शिकार केलेली असते, त्याचा त्या शिकारीवर हक्क असतो. हा नियम तुला माहीत नाही काय?''

''हो! ते सारं मला माहिती आहे. दुर्दैवाने हा पक्षी मेला असता, तर तुझा झाला असता, हे खरं; पण मी त्याला वाचवलं आहे. प्राण घेणाऱ्यापेक्षा प्राण वाचवणाऱ्याचा हक्क जास्त आहे.''

देवदत्त पक्षी घेतल्याशिवाय जाईना. गौतम त्याच्या हातात पक्षी देईना.

'अखेर आपण दरबारात जाऊ. राजसभेतल्या लोकांपुढे आपला प्रश्न मांडू आणि त्यांचा निर्णय मानू,' असं दोघांनी ठरवलं.

दोघंही राजसभेत गेले. तिथे दोघांनी आपलं म्हणणं मांडलं. राजसभेतल्या गुरुजनांनी दोघा राजपुत्रांचं म्हणणं लक्षपूर्वक ऐकलं.

शेवटी आपला निर्णय देताना राजगुरु म्हणाले, ''या जगातल्या सर्व प्राण्यांवर त्यांना निर्माण करणाऱ्याची म्हणजे परमेश्वराची सत्ता आहे. त्याच्या खालोखाल कुणाची सत्ता असेल, तर ती प्राणिमात्रांना प्रेमाने वागवणाऱ्या आणि त्यांना तारणाऱ्या मानवांची. प्राणिमात्रांना दुष्टबुद्धीने वागवणाऱ्या आणि त्यांना मारणाऱ्या लोकांची कसली सत्ता? ते तर ईश्वराची निर्मिती एक प्रकारे नष्टच करत आहेत.''

हा निर्णय ऐकून गौतमाला आनंद झाला. तो हंसाला घेऊन शांतपणे राजवाड्यात गेला. संतापलेला देवदत्त चालता झाला.

'शिबी राजाचं आणि वाल्मीकी ऋषींचं अंत:करण घेऊन आलेला गौतम म्हणजे साऱ्या प्रजाजनांचा आधार आहे,' असा विचार सभाजनांच्या मनात वारंवार येत राहिला.

१६. सुई घ्या सुई

एक गाव होतं, अगदी छोटंसंचं. वीस-पंचवीस झोपड्यांचं. त्या गावात एक लोहार राहत होता. त्याला एक आठ-नऊ वर्षांचा मुलगा होता. या मुलाला लहानपणापासूनच लोहारकामाची खूप आवड होती. जसजसा तो मोठा होऊ लागला, तसतशी त्याची लोहारकामात जास्त-जास्त प्रगती होत गेली. तो जेव्हा अठरा वर्षांचा तरुण झाला, तेव्हा तर तो एक उत्कृष्ट लोहार म्हणून ओळखला जाऊ लागला.

परंतु आपल्या गावी राहून सामान्य अवजारे बनवणं त्याला आवडेना. त्याने एके दिवशी एक छानशी सुई तयार केली. ती अतिशय सरळ, नाजूक व पक्क्या नाकाची होती.

त्या गावापासून काही अंतरावर एक मोठं गाव होतं. त्या गावात खूप लोहार होते आणि तिथूनच बरीचशी अवजारं इतर छोट्या-छोट्या गावी पाठवली जात.

आपल्या छोट्याशा गावात राहणाऱ्या त्या तरुण लोहाराने या मोठ्या गावी जायचं ठरवलं. तिथे कसबी लोहारकाम करण्याचं ठरवलं. त्याने आपल्या आईवडिलांची परवानगी घेतली आणि एके दिवशी पहाटेच तो निघाला.

मजल दरमजल करत त्या मोठ्या गावात आला. गावात येताच चालता-चालता तो मोठमोठ्याने, 'सुई घ्या सुई, सुई घ्या सुई' असे ओरडू लागला. पण कुणीच त्याच्याकडे लक्ष देईना. ओरडत-ओरडत तो एका मोठ्या घरापाशी आला. त्याचा आवाज ऐकून एक सोळा-सतरा वर्षांची सुंदर मुलगी पुढे आली.

ती त्याला म्हणाली, ''अहो, तुम्ही हा कंठशोष का करत आहात? या गावात कुणीही तुमची सुई घेणार नाही.''

त्या मुलीचं बोलणं ऐकून तो त्या मुलीला म्हणाला, ''या गावातल्या मुख्य लोहाराने जर ही सुई पाहिली, तर तो निश्चितच माझ्या सुईचे कौतुक करील.''

त्यावर ती मुलगी हसून म्हणाली, ''जरा पाहूया तरी तुमची ती सुई.''

त्या तरुण लोहाराने आपल्या जवळची ती सुई त्या मुलीजवळ दिली.

सुई हातात येताच त्या मुलीने ती अतिशय काळजीपूर्वक पाहिली. मग ती सुई घेऊन घरात गेली. दोनच मिनिटांनी ती आपल्या वडिलांना घेऊन बाहेर आली. त्या

मुलीचे वडील हे त्या गावातल्या लोहारांच्या कारखान्याचे मुख्य होते.

मुलीच्या वडिलांनी तरुण लोहाराच्या त्या सुईचं खूप कौतुक केलं. त्याच्या लोहारकामाचंसुद्धा खूप कौतुक केलं. ते त्या तरुणाला घेऊन आपल्या कारखान्यात आले. त्यांनी ती सुई कारखान्यातल्या सर्व लोहारांना दाखवली.

सुई दाखवून ते त्यांना म्हणाले, ''ही सुई जरी दिसण्यास अत्यंत नाजूक असली, तरी तिचं नाक इतकं मजबूत आहे की, कितीही जाड कापड असलं, तरी ते मोडणार नाही. सुईचं टोकही इतकं तीक्ष्ण आहे की, कोणत्याही प्रकारच्या कापडात ते सहज घुसू शकेल.'' असं म्हणून त्यांनी त्या तरुण लोहाराला आपल्या कारखान्यात नोकरीही दिली.

हळूहळू त्या तरुण लोहाराच्या कसबी लोहारकामामुळे कारखान्याची खूप भराभराट झाली. हे पाहून त्या कारखान्याच्या मुख्य लोहाराने त्या तरुण लोहाराचं लग्न आपल्या एकुलत्या एक सुंदर मुलीशी लावून दिलं. पुढे स्वत: वृद्ध झाल्याने त्या तरुण लोहाराला त्यांनी आपल्या कारखान्याचा मुख्य लोहार नेमलं.

१७. लबाड फेरीवाला

एक गाव होतं. त्या गावात एक फेरीवाला राहत होता. तो अतिशय चिक्कू होता. त्याने एक गाढव बाळगलं होतं. हा फेरीवाला किरकोळ सामान विकत असे.

फेरीवाला सर्व सामान आपल्या गाढवावर लादत असे. आपल्याच गावात फिरून ते विकत असे. सामान विकून त्याला बरे पैसे मिळत; पण आपल्या गाढवाच्या खाण्यावर पैसे खर्च करणं, त्याच्या जिवावर असे.

एके दिवशी फेरीवाल्याला एक युक्ती सुचली. तो बाजूच्या गावात गेला. तिथल्या एका शिकाऱ्याकडून त्याने सिंहाचं कातडं मिळवलं.

रोज संध्याकाळी माल विकून फेरीवाला आपल्या घरी येत असे. घरी येताच सिंहाचं कातडं गाढवावर पांघरत असे. कातडं पांघरलेलं गाढव कोणाच्याही शेतात घुसे, मनोसक्त चरे, चरून झालं की, ते गाढव आपल्या मालकाकडे परत येत असे. गाढवाचं खाणं बाहेरच्या बाहेर होत होतं. साहजिकच त्यामुळे फेरीवाल्याचे बरेच पैसे वाचत. हा प्रकार बरेच दिवस चालला होता.

एक दिवस गाढव पाटलाच्या शेतात घुसलं. सिंहाचं कातडं पांघरलेल्या त्या गाढवाला पाटलाच्या एका नोकराने पाहिलं. त्याला वाटलं की, खरोखरीच शेतात सिंह घुसला आहे. त्याने धावत जाऊन ही गोष्ट पाटलाला सांगितली.

पाटलाने इतर शेतकऱ्यांना ताबडतोब बोलावलं.

पाटील त्यांना म्हणाला, ''माझ्या शेतात एक सिंह घुसला आहे. तुम्ही सर्व जण काठ्या, ढोल, शंख वगैरे घ्या. ढोल आणि शंखांचा आवाज ऐकताच सिंह घाबरून पळेल. जर तो आपल्या अंगावर आला, तर आपण त्याला काठ्यांनी यथेच्छ झोडपून काढू.''

सर्व शेतकरी आणि पाटील शेताकडे धावले. त्यांनी ढोल आणि शंख वाजवून एकच गोंगाट केला. आरोळ्याही ठोकल्या. गाढवाने तो गोंगाट ऐकला. ते फारच घाबरलं. घाबरून आपल्या खऱ्या आवाजात मोठमोठ्यांदा ओरडू लागलं! गाढवाचं ते ओरडणं ऐकून पाटील आणि शेतकरी चकितच झाले. सर्वांनी तो आवाज ओळखला.

सर्व शेतकरी आणि पाटील त्या गाढवाला मारायला धावले. ते पाहताच गाढवाने

धूम ठोकली. ते थेट आपल्या मालकाच्या घरी येऊन थडकले. पाटील आणि शेतकरीसुद्धा त्याच्या मागोमाग तेथे जाऊन पोहोचले.

गाढव परतलेलं पाहून फेरीवाला बाहेर आला. गाढवाच्या अंगावरचं कातडं काढू लागला. पाटील आणि शेतकरी तिथे आलेले फेरीवाल्याच्या लक्षातच आलं नाही. पाटलाने आणि शेतकऱ्यांनी फेरीवाल्याची लबाडी ताबडतोब ओळखली. पाटील झटकन् पुढे झाला. त्याने फेरीवाल्याची मानगूटच पकडली. त्याच्या दोन थोबाडीत मारल्या. शेतकऱ्यांनीसुद्धा फेरीवाल्याला चांगलाच चोप दिला आणि त्याला गावाबाहेर हाकलून दिलं.

☘☘

१८. ऐकावं जनाचं करावं मनाचं

बाजाराचा दिवस होता. मुली हसत-खिदळत बाजाराला चालल्या होत्या. त्यांना एक शेतकरी आणि त्याचा मुलगा आपलं गाढव घेऊन चालत जाताना दिसले. शेतकरी गाढव विकायला बाजारात नेत होता.

त्या मुलींना वाटलं, 'एवढं गाढव बरोबर असून हे दोघं चालत का चालले आहेत?'

त्या शेतकऱ्याला म्हणाल्या, ''अहो शेतकरीदादा, एवढं गाढव बरोबर असून तुम्ही उन्हात मुलाला काय चालवता?''

मुलींचं म्हणणं शेतकऱ्याला पटलं आणि त्याने मुलाला गाढवावर बसवलं. तो स्वत: पायी चालू लागला.

थोडं पुढं गेल्यावर त्या शेतकऱ्याला ओळखीचे म्हातारे भेटले.

ते म्हणाले, ''अरे, तू म्हातारा असून तू चालतोस आणि या लहान मुलाला गाढवावर बसवलंस. अशानेच ही मुलं फाजील लाड केल्यामुळे शेफारतात आणि आपल्या डोक्यावर बसतात.''

त्या म्हाताऱ्यांचं बोलणं त्या शेतकऱ्याला पटलं आणि त्याने मुलाला चालायला सांगितलं आणि तो स्वत: गाढवावर बसला.

शेतकरी गाढवावर बसून आणि मुलगा चालत जात होते. बरंच पुढं गेल्यावर त्यांना काही बायका आणि मुलं भेटली. मुलगा चालतोय आणि शेतकरी गाढवावर बसलाय, हे पाहून त्यांना मोठा कळवळा आला.

शेतकऱ्याला ऐकू जाईल अशा आवाजात त्या म्हणाल्या, ''वा! काय पण बाप! स्वत: गाढवावर बसून आरामात जातोय. पण आपल्या लहान मुलाला पायपीट करायला लावतोय.''

बायकांचं हे बोलणं त्या शेतकऱ्याने ऐकलं आणि त्याने मुलालापण गाढवावर बसवलं. आता दोघं गाढवावर बसून ऐटीत बाजाराच्या दिशेने चालू लागले.

बाजाराचं अंतर आता थोडं राहिलं होतं. एवढ्यात त्यांना शहरी माणसं भेटली. त्यांनी विचारलं, ''काय शेतकरीदादा, गाढव तुमचंच वाटतं! का भाड्यानी आणलंत?''

शेतकरी मोठ्या अभिमानाने म्हणाला, ''छेऽ गाढव माझ्या स्वत:च्याच मालकीचं

आहे आणि मी ते बाजारात विकायला घेऊन चाललोय.''

शेतकऱ्याचं हे उत्तर ऐकून शहरी माणसं म्हणाली, ''अरे, तुम्ही दोघं त्या गाढवावर बसून चालला आहात. जरा बघा तरी, गाढव किती दमलंय ते आणि हे दमलेलं गाढव कोण रे विकत घेणार? खरंतर गाढवाला अजिबात श्रम पडायला नकोत. त्याची शक्ती चांगली राहायला पाहिजे. खरं म्हणजे आता त्याला तुम्ही खांद्यावरूनच न्यायला पाहिजे. आम्ही आपलं तुझ्या हिताचं सांगितलं. तुला चार पैसे जास्त मिळतील. त्यातून तुला काय करायचं ते कर बाबा!''

हे बोलणं ऐकून शेतकरी आणि मुलगा गाढवावरून खाली उतरले आणि एका बांबूला गाढवाचे पाय बांधून उलटं टांगून ते त्याला खांद्यावरून नेऊ लागले.

उलटं टांगलेलं गाढव खांद्यावर घेऊन निघालेल्या शेतकऱ्याला आणि मुलाला पाहून लोक वाटेत त्यांची चेष्टा करू लागले, त्यांना चिडवू लागले, दगड मारू लागले.

शेतकरी नदीच्या पुलावरून जात होता. लोक टवाळी करत त्याच्या मागे लागले होते. ह्या सर्व प्रकाराने गाढव बिथरलं. त्याने लाथा झाडून पायाच्या दोऱ्या तोडल्या आणि

शेवटी धाडकन नदीत पडून ते मरण पावलं. हे दृश्य पाहून लोकांनी शेतकऱ्याच्या अकलेचे धिंडवडे काढले.

शेतकरी शरमला.

'गाढव विकलं तर गेलं नाहीच, पण लोकांच्या सांगण्याप्रमाणे वागून आपण आपलं गाढवही गमावलं. ना पैसा ना गाढव! फक्त लोकांनी केलेली चेष्टा पदरी पडली. लोकांना खुश करण्यात आपण आपलं सर्वस्व गमावलं!

ऐकावं जनाचं करावं मनाचं!

૭૪૪